മാർത്താണ്ഡവർമ്മ
എങ്ങനെ രക്ഷപ്പെട്ടു?

Marthanda varma engane rakshapettu?
Poems

K Sajeev Kumar

CHINTHA PUBLISHERS
Thiruvananthapuram

First Edition
November 2022

Published & Typesetting
Chintha Publishers, Thiruvananthapuram

Printed at
Print Express, Kochi

Cover Design
Vinod Mangoes

ISBN : 978-93-94753-27-3

CO -3201 / 6233

Email: chinthapublishers@gmail. com
Website: www. chinthapublishers. com

A version is available at National Libraries
Kolkata, Mumbai, Chennai and Delhi

Distribution
DESHABHIMANI BOOKHOUSE
H O Thiruvananthapuram 695035

Branch
Head Office Kunnukuzhi • Statue Thiruvananthapuram
KSRTC Bus Terminal Thampanoor • Saphalyam Complex Thiruvananthapuram
KSRTC Bus Station Alappuzha • KSRTC Bus Station Ernakulam
Machingal Lane Thrissur • IG Road Kozhikode
Mavoor Road Kozhikode • NGO Union Building Kannur
Central Bus Terminal Complex Thavakkara Kannur

മാർത്താണ്ഡവർമ്മ
എങ്ങനെ രക്ഷപ്പെട്ടു?

കെ സജീവ് കുമാർ

ചിന്ത പബ്ലിഷേഴ്സ്
തിരുവനന്തപുരം-695 035

കെ സജീവ് കുമാർ

കൊല്ലം ജില്ലയിൽ ചെറുവയ്ക്കൽ സ്വദേശം. അച്ഛൻ: പി കൃഷ്ണപിള്ള. അമ്മ: ബി ഗോമതി അമ്മ. കേരള ഗവൺമെന്റ് സെക്രട്ടേറിയറ്റിൽ ജോലി ചെയ്യുന്നു.

2015 ൽ കേന്ദ്ര സാഹിത്യ അക്കാദമിയും ആശാൻ സ്മാരക സമിതിയും ചേർന്ന് ചെന്നൈയിൽ വച്ചു നടത്തിയ ദക്ഷിണേന്ത്യൻ കാവ്യോത്സവത്തിൽ മലയാള കവിതയെ പ്രതിനിധീകരിച്ച് സമകാല മലയാള കവിതയെക്കുറിച്ച് പ്രബന്ധം അവതരിപ്പിക്കുകയും കവിത ചൊല്ലുകയും ചെയ്തു. കേരള, കാലിക്കറ്റ് സർവ്വകലാശാലകളുടെ മലയാളം ബിരുദാനന്തര പാഠ്യപദ്ധതിയിൽ കവിത ഉൾപ്പെട്ടിട്ടുണ്ട്. കവിതയ്ക്കുള്ള ഇ വി കൃഷ്ണപിള്ള പുരസ്കാരം, അറ്റ്ലസ് – കൈരളി പുരസ്കാരം, ശഹാന പുരസ്കാരം എന്നിവ ലഭിച്ചിട്ടുണ്ട്.

കൃതികൾ: *ഭൂമി ഒരു ചിത്രപുസ്തകം, അലിഞ്ഞലിഞ്ഞ്.*

ഭാര്യ : മായ

മക്കൾ : അഭയ്, അക്ഷയ്

വിലാസം : ഗസൽ, ചെറുവയ്ക്കൽ പി ഒ
ആയൂർ വഴി, കൊല്ലം ജില്ല
പിൻ – 691533

ഫോൺ : 9447011506

E-mail : sajeevgazal@gmail.com
sajeevkumarpoet@gmail.com

ഉള്ളടക്കം

അച്ഛന്

പ്രസാധകക്കുറിപ്പ്

'**അ**ന്നു രാത്രി/ജ്യോത്സനയുടെ
പുള്ളിപ്പാവാടയിലെയും/മുടിക്കെട്ടിലെയും
ചിത്രശലഭങ്ങളെ/ഓരോന്നായിപ്പിടിച്ച്
അയാൾ/ചിറകരിഞ്ഞ് വലിച്ചെറിയുന്നത്
അപ്പു സ്വപ്നം കണ്ട് നിലവിളിച്ചു...'

ഓർമ്മകളുടെയും അനുഭവങ്ങളുടെയും അനുഭൂതികളുടെയും ചരിത്രവർത്തമാനകാലങ്ങളെ പ്രശ്നവല്ക്കരിക്കുന്ന അതിസൂക്ഷ്മമായ ആഖ്യാനശൈലിയാണ് *മാർത്താണ്ഡവർമ്മ എങ്ങനെ രക്ഷപ്പെട്ടു* എന്ന കവിതാ സമാഹാരത്തിലുള്ളത്. നിശ്ശബ്ദമാക്കപ്പെടുന്ന നിലവിളികൾക്കു പിന്നിലെ കരാളതകളെ അന്വേഷിച്ചിറങ്ങുന്ന കാവ്യങ്ങൾ, മനുഷ്യപക്ഷത്തു നിലയുറപ്പിച്ചുകൊണ്ടുള്ള രാഷ്ട്രീയ ഇടപെടലുകൾ കൂടിയായി മാറുന്നു. അതി വാചാലതകളും പാണ്ഡിത്യത്തിന്റെ ആലങ്കാരങ്ങളും പ്രകടനപരതകളുമില്ലാതെ തികച്ചും മനുഷ്യപക്ഷത്തു നിലയുറപ്പിച്ചുകൊണ്ട്, അവതരിപ്പിക്കപ്പെട്ട കവിതകളാണ് ഈ സമാഹാരത്തിലേത്. കാവ്യഭാവനയുടെ മലവെള്ളപ്പാച്ചിലുകൾക്കിടയിൽ ദൃഢതയോടെ നിലനില്ക്കുവാൻ ശേഷി ഉള്ളതായ *മാർത്താണ്ഡവർമ്മ എങ്ങനെ രക്ഷപ്പെട്ടു* എന്ന കവിതാ സമാഹാരം വായനാലോകത്തിനു മുമ്പിൽ വെക്കുന്നു.

ചിന്ത പബ്ലിഷേഴ്സ്

നീരുതേടുന്ന പച്ചനരമ്പുകൾ

ഡോ. എൽ തോമസ്കുട്ടി

മരണം തൊടുമ്പോൾ നിസ്സഹായമായ ഒരു തിരിച്ചറിവിലേക്ക് സഹജതകൾ വെളിപാടാകും. വെള്ളിവെളിച്ചം പോലെ നിരാമയവും അവാച്യവുമായ വിവേകങ്ങളാവിഷ്കൃതമാകും. അതുവരെയറിയാത്ത, മുൻവിധിയില്ലാത്ത യാത്രകൾ സാദ്ധ്യമാകും. അപ്പുറത്തോ ഇപ്പുറത്തോയെന്ന ആത്യന്തിക ചോദ്യത്തിനു മുന്നിൽ, എല്ലാം വെടിഞ്ഞുള്ള ഭാഷാ പ്രണയമായി, തോറ്റവന്റെ ആത്മവിചാരണയായി വെളിപ്പെടുന്ന നിരാലംബ വാക്കുകൾ സത്യദർപ്പണമാകും. കുറ്റപ്പെടുത്തലുകളോ ഗിരിപ്രഭാഷണങ്ങളോ ഇല്ലാത്ത തെളിമയുള്ള വാക്കുകൾ.

പ്രജ്ഞയ്ക്കും പ്രലോഭനത്തിനുമപ്പുറമുള്ള നേരുകൾ.. അതിവിടെ ഉണ്ടായിരിക്കുന്നു. കവി, ജീവിതംകൊണ്ട് നേടിയ, ഉപേക്ഷയുടെ മുൾക്കിരീടം, പക്ഷേ, എത്ര സൗമ്യദീപ്തമാണ് വാക്കുകൾ. എത്ര അഗാധമാണ് നോട്ടങ്ങൾ. ആരോടും പരിഭവപ്പെടാതെ സ്വജീവ കാരണാശ്ചര്യം തിരിച്ചറിഞ്ഞ് ഇനിയുമാവർത്തിക്കുന്ന പുനർജ്ജനിയെ കൂട്ടുപിടിച്ച് ആത്മദുഃഖങ്ങളടക്കി, ശുഭാപ്തി വിശ്വാസിയായി കരുണയുടെ വക്താവാകുവാനുള്ള അത്ഭുതാവഹമായ ധീരതയാണ് കെ സജീവ് കുമാറിന്റെ കൈമുതൽ.

ഇതൊരു പച്ചപ്പുസ്തകമാണ്. സുതാര്യമായ പച്ച. ആകാശത്തെളിമയും കാന്താരക്കൂരിരുളും നിറയുമ്പോഴും അകം കാട്ടുന്ന സുതാര്യപ്പച്ച. അതിലെഴുതിയ വജ്രത്തിളക്കമുള്ള കിരണപംക്തി. അവിടെ പലമാതിരിപ്പടർച്ചകളോടെ കുഞ്ഞുവേരുകൾ. കാറ്റും മഴയും മഞ്ഞും വെയിലുമായി ഋതുക്കൾ താലമേന്തുന്നു. ജീവചൈതന്യത്തലപ്പുകളുടെ ഉത്സവത്തിനുമുന്നിൽ ഞാനെന്ന ഹുങ്ക് അലിഞ്ഞലിഞ്ഞില്ലാതാകുന്നു. പിന്നെപ്പിറക്കുന്നത് പച്ചജീവനുള്ള കവിത മാത്രം. നൈരന്തര്യം മാത്രം.

ആദ്യ കവിതയിൽത്തന്നെ കവി, സ്വദർശനം സ്ഥാപിക്കുന്നു. ഏറിയും കുറഞ്ഞും അതുതന്നെ തുടർന്നും ആവർത്തിക്കുന്നുമുണ്ട്. മുഖ്യ പങ്കും പാരിസ്ഥിതികാവബോധത്തിന്റെ പക്ഷം ചേരുന്ന പുതു നിലപാടിനൊപ്പമാണ്. വ്യക്തിപരമെന്നത് രാഷ്ട്രീയമാകുന്നു എന്ന നിലയിൽ സൂക്ഷ്മരാഷ്ട്രീയത്തെ പ്രമേയമാക്കുന്ന കവിതകളുമുണ്ടിതിൽ. അവ തന്നെ പലപ്പോഴും ദേശരാഷ്ട്രമെന്നതേക്കാൾ പ്രാദേശികവും സമകാലികവുമായ അനുഭവാഖ്യാനങ്ങളായിത്തീരുന്നുമുണ്ട്.

സംക്രമണം പോലുള്ള അയ്യപ്പപ്പണിക്കരുടെ സംരംഭങ്ങളെയും സ്വജീവിതത്തിലെ അനുഭവങ്ങളെയുമാണവിടെ ആഖ്യാന വസ്തുവാക്കുന്നത്. സംക്രമണത്തിന്റെ ചരിത്രമെന്നതേക്കാൾ അത് വിടർത്തിയിട്ട സ്വാതന്ത്ര്യമാണ് പ്രമേയവസ്തു. മാർത്താണ്ഡവർമ്മയല്ല, കൃഷ്ണൻകുട്ടിയും നരേന്ദ്രപ്രസാദുമാണ് *മാർത്താണ്ഡവർമ്മ എങ്ങനെ രക്ഷപ്പെട്ടു?* വിലെ കാവ്യകാര്യം. ഷേക്സ്പിയറല്ല ജോണിക്കുട്ടിയാണ്, അയാളുടെ മറന്നുവച്ച മനസ്സാണ് 'പാതിരാവണ്ടി കൂകി വന്നപ്പോ'ളിലെ ആഖ്യാന കേന്ദ്രം. അനുഭൂതികളുടെയും ഓർമ്മകളുടെയും ചരിത്രത്തെ പ്രശ്നവല്ക്കരിക്കുകയാണ് കവിയിവിടെ. വലിയ മനുഷ്യരെ പിടിച്ചിറക്കി ചെറിയ മനുഷ്യരെ പിടിച്ചുകേറ്റുകയെന്ന മുദ്രാവാക്യത്തെക്കാൾ, ഗ്ലോക്കൽ ഹിസ്റ്ററിയോടും, തദ്വാരാ വർത്തമാനകാലത്തോടും സംവദിക്കാനുള്ള ശ്രമമാണിവിടെ. അതൊരു പ്രതിവായന സാദ്ധ്യമാക്കും.

സ്വപരിസരങ്ങളോടും സാഹചര്യങ്ങളോടും പ്രതിപ്രവർത്തിക്കുകയെന്നത് തൊണ്ണൂറുകളിലെ കേരളീയസമൂഹത്തിന്റെ ആദർശമായിരുന്നു. തദ്ഫലമായി പരിസരകവിതകളൊരു പ്രവണതയായി. മലയാള കവിത ദിശാപരമായി ഒരു മാറ്റത്തിനു തുനിഞ്ഞ ഈ ഘട്ടത്തിലെ പ്രമുഖ സവിശേഷതയും അതുതന്നെയായിരുന്നു. അതിശയിപ്പിക്കുന്ന വ്യത്യസ്തതകളായിരുന്നു, ബഹുസ്വരതയായിരുന്നു അന്ന് പ്രകാശിതമായത്. അതിന്റെ ദൃഷ്ടാന്തമായി ആദ്യം അവതരിപ്പിക്കപ്പെട്ടത് ഡോ. കെ എം വേണുഗോപാൽ എഡിറ്റു ചെയ്ത *യുവകവിതക്കൂട്ടം* എന്ന കവിതാ സമാഹാരമാണ്. പുത്തൻ പ്രവണതയുടെ പതാകവാഹകരായി, ആധുനികതയുടെ സംവേദനക്ഷമതയിൽനിന്നും പുറത്തുകടന്ന അനവധിക്കവികൾ അക്കൂട്ടത്തിലുണ്ട്. അക്കവിതകളിൽ അപ്രധാനമല്ലാത്ത ഒരിടം കെ സജീവ് കുമാറിന്റെ കവിത (നൂലുപൊട്ടിയ രാത്രി)ക്കുമുണ്ട്.

പരിസരകവിതയെന്ന വിവക്ഷ കേവലം ഫണ്ടമെന്റലിസത്തിന്റേതോ പാരമ്പര്യവാദത്തിന്റേതോ അല്ല. മറിച്ച്, മുൻവിധിയില്ലാതെ, മുഖത്തടിക്കുന്ന വാസ്തവത്തോട് യാഥാർത്ഥ്യബോധത്തോടു കൂടിയുള്ള പ്രതികരണമാണത്. പാരമ്പര്യ ജ്ഞാനവ്യവസ്ഥയെയും പൗരാണിക സംസ്കൃതികളെയുമത് നിഷേധിക്കുന്നില്ല. കോർപ്പറേറ്റ് അധിനിവേശങ്ങളെയും സൈബർ ചലനങ്ങളെയും വിസ്മരിക്കുന്നില്ല. ഏക മുഖമുള്ള പ്രസ്താവനകളെയോ വിധിവാക്യങ്ങളെയോ സ്വീകരിക്കുന്നില്ല. പ്രത്യക്ഷമോ അല്ലാത്തതോ ആയ സ്വാത്മാനുഭവങ്ങളെപ്പോലും മുഖവിലയ്ക്കെടുക്കുന്നു.

തൊണ്ണൂറുകൾ, സമൂഹത്തെ അടിമുടി മാറ്റിയ പ്രത്യയശാസ്ത്രപരവും സാങ്കേതികവുമായ കൊടുങ്കാറ്റുകളുടെ കാലമായിരുന്നു ലോകമെമ്പാടും. നമ്മുടെ യൗവനത്തിനും അതിൽനിന്നും മാറിനിന്ന് പൂഴിയിൽ തലപൂഴ്ത്താനാവുമായിരുന്നില്ല. ബൃഹദാഖ്യാനങ്ങളുടെ സുരക്ഷയിൽ ഒതുങ്ങുവാനാകുമായിരുന്നില്ല. നൈമിഷികതയുടെ ഭാഷാഘടനയും പ്രമേയമണ്ഡലങ്ങളും അപരിചിത രുചികളും പരിചരണങ്ങളും അന്നത്തെ കവിതയിൽ അരങ്ങു നിറഞ്ഞു. പഴയ പദക്കൊരുക്കലെടുക്കുമ്പോഴും പുതിയൊരു തിളക്കത്തിലും ശില്പവിതാനത്തിലും അവയെ മാറ്റിയെഴുതി. സെൻസിബിലിറ്റിയിൽ നവീനത എന്നതൊരാദർശമായി. അതുവരെ കവിത കടന്നുചെല്ലാത്ത അതിരുകളിലേക്കും ജീവിതങ്ങളിലേക്കും മലയാള കവിത എത്തപ്പെട്ടു. പരിസ്ഥിതിയും ദളിതും സ്ത്രീവിമോചനവുമെല്ലാം ചർച്ചയിലെത്തി. അതിനപ്പുറം കുടചൂടിവിഴുങ്ങിയ ഗ്ലോബലൈസേഷനെന്ന പ്രതിഭാസം അവഗണിക്കാനാവാത്തതായി. ലോക്കൽ മാത്രമല്ലാത്ത ദൈനംദിന ജീവിതത്തിന്റെ യാഥാർത്ഥ്യത്തോടു പ്രതികരിക്കാതെ മുന്നേറാനാവില്ലെന്നു വന്നു.

പിന്നീടുണ്ടായ സോഷ്യൽമീഡിയ കുതിച്ചുചാട്ടങ്ങളിൽ നിരുത്തരവാദ കവനങ്ങളുടെ മലവെള്ളപ്പാച്ചിലുണ്ടായി. എങ്കിലും ഇത്തരുണത്തിലെ കവി, കാവ്യവിഷയത്തെ മാത്രമല്ല കാവ്യഭാഷയെയും ആഖ്യാനവിശേഷങ്ങളെയും പരിചരണത്തെയുമൊക്കെ ഗൗരവമായിത്തന്നെ സമീപിച്ചിരുന്നുവെന്നും കാണുവാനാകും. അത് പരസ്പരപൂരകവുമായിരുന്നു. കേവലം കൗതുകകരമായ ഒരു ആഖ്യാനവിശേഷമെന്നതേക്കാൾ കനപ്പെട്ട നോട്ടമെറിയുന്ന കവിതകളാണ് കെ സജീവ് കുമാറിന്റെ സമാഹാരത്തിലേതെന്ന് എടുത്തുപറയേണ്ട കാര്യമാണ്. അതിന്റെ ഒച്ചവേറിട്ടു കേൾപ്പിക്കുവാനുള്ള വ്യഗ്രതയേക്കാൾ സൗമ്യമായി അടുത്തിരുന്ന് ചെവിയിലോതുന്ന ഭാവമാണ് വരികൾക്ക്. അതാവട്ടെ പതിയെപ്പതിയെ സിരകളിലൂടെ ഹൃദയത്തിലേക്ക് അലിഞ്ഞുചേരുന്ന അവബോധമായിത്തീരുകയും ചെയ്യുന്നുവെന്നതാണ് കവിയുടെ സായൂജ്യം. ആഴത്തിലുള്ള പാരിസ്ഥിതികാവബോധമാണ് സമാഹാരത്തിന്റെ കാതൽ. സംരക്ഷകനല്ല, തുടർക്കണമാണിവിടെ ആഖ്യാതാവ്. ജുഗുപ്സയല്ല കരുണമാണ് രസം.

വേരിനൊപ്പം
ജലം തേടിപ്പോയ
മണ്ണിരകൾ
അകക്കാമ്പിൽനിന്നും
ഒരു മഴത്തുള്ളിയുടെ
ഫോസിൽ കണ്ടെടുത്തു.

'മഴത്തുള്ളിയുടെ ഫോസിൽ' എന്ന ശീർഷകം തുറന്നിടുന്ന വാതായനം ആകർഷകമാണ്. ആദ്യ വരിയിൽ അത് ഒരു യാത്രയുടെ ക്രിയാപദ്ധതി വിടർത്തിക്കാട്ടുന്നു. വേരിന്റെ യാത്രയ്ക്കു സമാനമായി മണ്ണിര

യുടെ യാത്രകൂടി സംഭവിക്കുന്നു. മണ്ണിനടിയിലും മുകളിലുമായി നടക്കുന്ന സമാന്തരയാത്രകളുടെ ലക്ഷ്യം ഒന്നുതന്നെ. ജലം തേടിപ്പോകുന്ന ഉരഗം പക്ഷേ, ഉറവിടത്തിലേക്ക് മടങ്ങുകയില്ല. വേരാവട്ടെ, നീട്ടുന്ന തലയിലൂടെ വലിച്ചെടുക്കുന്ന ജീവജലം ഉടലിലേക്ക് സ്വരുക്കൂട്ടുകയാണ്. അനാദിയായിത്തുടരുന്ന ജൈവചക്രത്തിലേക്ക് കണ്ണി ചേർക്കുകയാണ്. ജീവപ്പൊരുളിനെ പുനർജ്ജന്മത്തിലേക്ക് സഞ്ചയിച്ചെടുക്കുകയാണ്. എങ്കിലും യാത്ര സദൃശമാകുന്നു.

പറ്റിപ്പറ്റിപ്പിടിച്ച് പിടിച്ച് കൂട്ടുചേർന്ന് ഉരുണ്ടുകൂടുന്ന ഉണ്മയാണ് മഞ്ഞുതുള്ളി. സുതാര്യമാണകം. ക്ഷണികതയാണ് നില. എങ്കിലും അതാവിഷ്കരിക്കുന്നു പ്രപഞ്ചത്തിൻ വെളിച്ചത്തെ, തെളിച്ചത്തെ! അതിനു മനുഷ്യജീവിതബിംബമാകാതെ നില്ക്കാനും മറയാനും കഴിയുന്നു. മഞ്ഞുതുള്ളി മഞ്ഞായിത്തന്നെ, തുള്ളിയായിത്തന്നെ ജീവിച്ചു മറയുന്നു, വേര് അതിനെത്തേടി നാതി ദീർഘയാത്രതുടരുന്നു. ആരുമറിയാതെ അടിയിലേയ്ക്കാണ്ടുപോയിട്ടും പിടിച്ചെടുക്കുവാനുള്ള പ്രണയത്താൽ തേടിനടക്കുന്നു. ചരാചരങ്ങളിലും പകർന്നാടുന്ന ജീവന്റെ ഹേതുവായി, മഞ്ഞുതുള്ളിയെ കണ്ടറിയുകയും വിടർന്നു വിലസുന്ന വസന്തങ്ങളുടെ കന്ദമായി ഏകാഗ്രധ്യാനമായി ജീവപക്ഷത്തുള്ള അതിന്റെ കൂറിനെ അനുഭവിക്കുകയും ചെയ്യുന്ന വേര്നാര്, അദൃശ്യവും ദുഷ്കരവുമായ മഞ്ഞുതുള്ളിയുടെ യാത്രയിലേക്ക് ഫോക്കസ് ചെയ്യുന്നു. അതിലൊളിഞ്ഞിരിക്കുന്ന ജീവന്റെ തത്വത്തെ നീരായിത്തന്നെ വിടർത്തിക്കാട്ടുന്നു. മനുഷ്യകേന്ദ്രിതമല്ലാത്ത ഒരവബോധത്തിൽ കാട്ടിത്തരുന്നു. എല്ലാത്തിന്റെയും കർതൃത്വകേന്ദ്രമായി, കാരണഭൂതനെന്ന ധാരണയിൽ സ്വപ്രതിഷ്ഠിതനായ മനുഷ്യനോട്ടത്തിന്റെ ഫ്രെയ്മുകൾക്ക് വെളിയിലേക്ക് ആഖ്യാനത്തിന്റെ തലപ്പ് നീട്ടുന്നു. പാരിസ്ഥിതിക ജാഗ്രതയുടെ നോട്ടമെന്നതേക്കാൾ പരിസ്ഥിതി തന്നെയായി ആഖ്യാനം മാറുന്നു. അതിന്റെ ചലനാത്മകതയുടെ ഉൾപ്പങ്കായി തൃണയാത്രയും ഇലപ്പച്ചയും നീലാകാശവുമെല്ലാം കുടിക്കുഴയുന്നു. അതാവട്ടെ മുൻകാലകവികളെടുത്ത പദകേളിയിൽനിന്നും വ്യത്യസ്തമാണെന്ന കാര്യവും സൂക്ഷ്മനോട്ടത്തിൽ കാണുവാനാകും.

വേരിനു കിട്ടിയതോ ഫോസിലും! അത് ഓർമ്മയാകുന്നു. ചരിത്രാവശിഷ്ടമാകുന്നു. ജീവൻ വറ്റിക്കഴിഞ്ഞിരിക്കുന്നു. ചലനങ്ങളെല്ലാം പോയ്പ്പോയിരിക്കുന്നു. മരണം ഭൂമിയെ ഗ്രസിച്ചിരിക്കുന്നു. അവിടെപ്പിന്നെ ഉപരിതലത്തിലെ അധികാര വടംവലിക്കോ മേനിപറച്ചിലിനോ അർത്ഥമില്ലാതായിരിക്കുന്നു. ഭൂമിയെ അടക്കിവാഴാനുള്ള മനുഷ്യദൂര പരിഹാസ്യമായി മറഞ്ഞുപോയിരിക്കുന്നു. സാമ്രാജ്യങ്ങളും കോട്ടകൊത്തളങ്ങളും അനാഥമായിക്കഴിഞ്ഞു. നൈട്രജൻ സൈക്കിൾ തന്നെ കണ്ണിയറ്റ് ഭൂമിയൊരു തീഗോളമായി പരിണമിക്കുമ്പോൾ, ജീവസ്പന്ദനങ്ങൾ ഏറ്റെടുക്കാനാരെന്ന് ചോദിക്കാതെ ചോദിക്കുന്നു കവി.

പിന്നീടാരും

അണുപരീക്ഷണങ്ങൾ നടത്തിയില്ല.
ഭൂമിയുടെ അവകാശത്തിനു വേണ്ടി
കലഹിച്ചുമില്ല.

എന്ന് അർദ്ധോക്തിയിൽ അവസാനിക്കുകയാണ് കവിതയിവിടെ.

ആധുനികാനന്തര പാരിസ്ഥിതി കാവബോധത്തിന്റെ വിചാരകേന്ദ്രം മനുഷ്യൻ ഇതര ജീവജാലങ്ങളെപ്പോലെ ഒന്നുമാത്രമാണെന്നാണ്. അഥവാ സർവ്വചരാചരങ്ങളുമടങ്ങുന്ന ജീവചക്രത്തിലെ കേവലം ഒരു കണ്ണി മാത്രമാണെന്ന്. ഈ അറിവ് അവനെ വിനയവാനാക്കുന്നു. മാത്രമല്ല, ജീവനൈരന്തര്യത്തിന്റെ ഹേതുവെന്തെന്ന് വിസ്മയം കൊള്ളിക്കുന്നു. ജിനോംസയൻസ് ഡി എൻ എയിലും ആർ എൻ എയിലും പരതി നടക്കുമ്പോഴും റൈബോന്യൂക്ലിക് ആസിഡിൽനിന്നും ജീവസ്പന്ദനത്തെ വികസിപ്പിച്ചെടുക്കുവാൻ ശാസ്ത്രകൗതുകം കഠിനവ്രതം കൊള്ളുമ്പോഴും ആകാശത്തിലും അണ്ഡരാശിയിലും സംഭൃതമായിരിക്കുന്ന ജീവചൈതന്യത്തിന്റെ വിസ്മയക്കാഴ്ചകളെക്കുറിച്ച് മഹാകവി കുമാരനാശാൻ വിരൽചൂണ്ടിയ വഴികളിലൂടെ അവ്യാഖ്യേയമായ അനുഭവപ്പൊരുളിനെ പിന്തുടരുവാനാണ് കെ സജീവ് കുമാറിന് താല്പര്യം. ചുറ്റും നിറഞ്ഞിരിക്കുന്ന ജീവജ്യോതിസ്സിനെ പേർത്തും പേർത്തും വാഴ്ത്തി, അവയുടെ പരകോടി പകർന്നാട്ടങ്ങളിലെത്തിച്ച് ആകാശഭൂമികളെ സങ്കീർത്തനംചെയ്യുകയാണ് കവി.

ഭൂമിയെ വിളിച്ചുണർത്തുന്ന ഉഷഃസൂര്യനെ വന്ദിച്ച് പല നിലകളിലും ആസനങ്ങളിലും തുടങ്ങി സാഷ്ടാംഗപ്രണാമത്തിലെത്തുന്നു മണ്ണായും മരമായുമെന്ന കവിത. ആദിത്യനിൽ നിന്നും നവോർജ്ജം സ്വീകരിച്ച് ജീവകോശങ്ങളെ ഉണർത്തി, പേശികളെ ത്രസിപ്പിച്ച് ഉള്ളിലെ വായുവിനെ മെരുക്കി, ഓജസ്സേറുന്ന പ്രാർത്ഥനാകർമ്മമാണ്. വിരലൂന്നി നില്ക്കുന്ന ഭൂമിയെയും നമസ്കരിക്കുന്ന സൂര്യനെയും ഏകകാലം ബന്ധിപ്പിക്കുന്ന – ഭൂമിക്കു പ്രത്യംഗമാകുന്ന – ശരീരനില. പക്ഷിയും മൃഗമായുമുള്ള പടുതികൾ അകവും പുറവും പരവും അപരവും അദ്വൈതമാകുന്ന കേവല ജീവന്റെ ആത്മതേജോപ്രവാഹ മുഹൂർത്തം.

യോഗയുടെ എല്ലാ നിലകളും ക്രമബദ്ധമായി ചെയ്യാനായില്ലെങ്കിൽ സൂര്യനമസ്കാരമൊന്നു മതിയെന്നാണ് പ്രയോഗം. നിലകളും പടുതികളും കൃത്യമായി അനുസരിക്കുന്ന ഘടനയിലാണ്, സ്വാനുഭവ വെളിച്ചത്തിലാണ് കവിതയുടെ ക്രമപ്പെടുത്തൽ എങ്കിലും വസ്തുകഥനമല്ല കാവ്യലക്ഷ്യം. പ്രാപഞ്ചികാത്ഭുതത്തിന്റെ അവ്യാഖ്യേയത ആഖ്യാനപ്പെടുത്തുകയാണ് ഇവിടെ.

ഭൂമിയാകാശം, വൃക്ഷം
പക്ഷി, പ്രാണിലോകങ്ങൾ
സൗമ്യമായ് വിലയിക്കും
ജീവന്റെയപൂർവ്വത.

കണ്ടറിയുകയാണ്. എട്ടുഖണ്ഡങ്ങളായി അവതരിപ്പിക്കുന്ന കവിത

അക്ഷയ ജീവാമൃതമായ സൂര്യതേജസ്സാൽ വിളിച്ചുണർത്തപ്പെടുന്ന ശതകോടി രൂപരഹിത ജീവരാശികളെ അത്ഭുതാദരങ്ങളോടുകൂടി സ്മരിക്കുന്നു. മണ്ണിൽ നിന്നും നാമ്പിടുന്ന സ്വരജതികളിൽ അഭേദപ്പെടുന്നു. വിസ്മയങ്ങളായി മഴയും കാറ്റും... വിത്തിലൂടെ പരമ്പരയായി അവിരാമം തുടരുന്ന ജൈവപ്രകൃതിയുടെ മഹാപാഠങ്ങൾ കണ്ടറിയുമ്പോൾ വൈരുദ്ധ്യമാർന്ന പ്രാപഞ്ചിക പ്രതിഭാസങ്ങളും സമ്മോഹനതകളും വൈരൂപ്യങ്ങളും കെട്ടുപിണയുന്ന വാഴ്‌വെന്ന വാസ്തവനിലയെ നിർമ്മമമായി നോക്കാൻ കവിക്കാകുന്നു. കാമലോഭ വീരവിലാപരജോഖിന്നതകളെല്ലാമവിടെ ഉരുകി ഒന്നാകുന്നു. എങ്കിലും.

ഇതൊന്നുമല്ലല്ലോ
മനുഷ്യജീവിതം
ഇതൊന്നുമല്ലല്ലോ
മൃതിയും ജീവനും

എന്നും അവനറിയുന്നു. ഇതെല്ലാം അവസ്ഥകളാണെന്നും ജീവന്റെ പരമതത്വം ചലനമാണെന്നും ഒരുവേള കവി തിരിച്ചറിയുന്നുണ്ട്. അതാവട്ടെ നിരന്തരം മുന്നേറുകയും വളർന്നും തളർന്നും മറഞ്ഞും വിരിഞ്ഞും നിലകൊള്ളുകയും ചെയ്യുന്നു. മണ്ണിലുറച്ച് ആകാശത്തോളം എത്തിയാലും മണ്ണിലൂടെത്തന്നെ പുനർജ്ജനികൊള്ളുന്ന ഒന്നാകുന്നു അത്. അത്യുദാരമായ ആ മുഹൂർത്തത്തിൽ ഭൂമിയുടെ മണ്ണൊപ്പുകൾ പറഞ്ഞ ഓർമ്മകളുടെ പാട്ടുപാടാൻ കഴിയണമേയെന്ന അർത്ഥനയാണ് കവിക്കുള്ളത്. മണ്ണിന്റെ സ്വരവും തന്റെ സ്വരവും അപ്പോൾ ഒന്നായിത്തീരണമെന്ന ആഗ്രഹമാണ് അയാൾക്കുള്ളത്. മണ്ണിന്റെ മനസ്സിൽനിന്നും ജീവനെ വിളിച്ചുണർത്തുവാനായി സൂര്യനെ അയാൾ നമസ്കരിക്കുന്നു. അയത്നലളിതമായി കവിതയിലൂടെ അത് അനുഭവിപ്പിക്കുന്നു.

പ്രത്യക്ഷരാഷ്ട്രീയത്തിലെ അഴിമതിയും കുതന്ത്രങ്ങളും ക്രൂരതയും ആഖ്യാനകേന്ദ്രങ്ങളിലേക്കു വരുന്നില്ല. എങ്കിലും അവയെ പൂർണ്ണമായും അവഗണിക്കുന്നുമില്ല കവി. മാവോയിസ്റ്റ്, കർഫ്യൂ പോലുള്ള കവിതകൾ ആഘോഷിക്കപ്പെടുന്ന കഥകളുടെ മറുപുറം തിരയാൻ വായനക്കാരനെ പ്രേരിപ്പിക്കുന്നു. കഠിനകാലത്തിന്റെ രക്തദാഹം കണ്ട്, മനുഷ്യപക്ഷം ചേരുകയാണ് കവി.

നിശ്ശബ്ദമാക്കപ്പെടുന്ന കുഞ്ഞുഭീതികളുടെ ദാരുണാന്ത്യത്തിന്റെ പിടച്ചിലാണ് ജ്യോത്സനയുടെയും അപ്പുവിന്റെയും ശിശുമനസ്സുകളിലൂടെ അതീവ ഹൃദയസ്പർശിയായി കവി അവതരിപ്പിക്കുന്നത്– നിരന്തരം തുടരുന്ന ബാലപീഡനത്തിന്റെ കനലുവീഴ്ത്തുന്നു കവിത. ശോകാർദ്രമാണ് ഭാവം.

അന്നുരാത്രി
ജ്യോത്സനയുടെ
പുള്ളിപ്പാവാടയിലെയും
മുടിക്കെട്ടിലെയും ചിത്രശലഭങ്ങളെ

ഓരോന്നായിപ്പിടിച്ച്
അയാൾ
ചിറകരിഞ്ഞ് വലിച്ചെറിയുന്നത്
അപ്പു സ്വപ്നം കണ്ട് നിലവിളിച്ചു

ചുരുക്കത്തിൽ, വിശാലവും സൂക്ഷ്മവുമായി പാരിസ്ഥിതികാവബോധത്തെ കവിതയിലേക്ക് ആനയിക്കുവാൻ കെ സജീവ് കുമാറിന്റെ കവിതകൾക്കാകുന്നുണ്ട് എന്നതാണ് ഈ പച്ചപ്പുസ്തകത്തിന്റെ മുഖമുദ്ര. അത് സ്വജീവിത സാരമായിരുന്നുവെന്നും കവി ദ്യോതിപ്പിക്കുന്നു. അവന്റെ വാക്കുകൾ അതിന് സാക്ഷ്യമരുളുന്നു.

സംസാരിക്കണം എനിക്ക്
മരങ്ങളോടും കിളികളോടും
പുഴകളോടും പുല്ലിനോടും.
അവർ പറയട്ടെ
ജീവിതം
എനിക്ക് എന്തായിരുന്നുവെന്ന്.

കവിതാവായനക്കാരെ സസന്തോഷം അകത്താളുകളിലേക്ക് ക്ഷണിച്ചുകൊണ്ട് നിർത്തട്ടെ.

ഡോ. എൽ തോമസ്കുട്ടി
കാലിക്കറ്റ് സർവ്വകലാശാല

മഴത്തുള്ളിയുടെ ഫോസിൽ

വേരിനൊപ്പം
ജലം തേടിപ്പോയ
മണ്ണിരകൾ
അകക്കാമ്പിൽനിന്നും
ഒരു മഴത്തുള്ളിയുടെ
ഫോസിൽ കണ്ടെടുത്തു.
പിന്നീടാരും
അണുപരീക്ഷണങ്ങൾ നടത്തിയില്ല
ഭൂമിയുടെ അവകാശത്തിനുവേണ്ടി
കലഹിച്ചുമില്ല.

എക്സൈൽ

1

അപ്പുവും ജ്യോത്സ്നയും
കൂട്ടുകാരാണ്
നാലാം ക്ലാസിൽ പഠിക്കുന്നു
അവർ ഒരുമിച്ചാണ്
സ്കൂളിൽ പോകുന്നത്
സ്കൂൾ യൂണിഫോമിന്റെ
തിരക്കൊഴിഞ്ഞ ദിവസം
അവൾ ധരിക്കാറുള്ള
നിറയെ ചിത്രശലഭങ്ങളുള്ള
പുള്ളിപ്പാവാട
അവന് വലിയ ഇഷ്ടമാണ്
രണ്ടായി പിന്നിയിട്ട മുടിക്കെട്ടിൽ
ചിത്രശലഭങ്ങൾ
കൂട്ടത്തോടെ പറന്നിരിക്കും.
എവിടെ നിന്നു വരുന്നു
ഇത്രമാത്രം ചിത്രശലഭങ്ങൾ...!

2

അപ്പുവും ജ്യോത്സ്നയും
അയൽക്കാരാണ്

വീട്ടുകാർ കെട്ടിയുയർത്തിയ
മതിൽക്കെട്ടിൽ
അവരുടെ കാഴ്ച തടഞ്ഞുവീഴും
അതിനാൽ ആരും കാണാതെ
അവർ കാണും
പറയും
കേൾക്കും.
അപ്പുവിനു പറയാനുള്ളത്
മണ്ണിനടിയിൽ നിന്ന്
അവൻ ഇന്നലെ കണ്ടെടുത്ത
ഓന്തിന്റെ മുട്ടകളെക്കുറിച്ചാണ്
തുമ്പികളായ് മാറുന്ന
അവന്റെ
കുഴിയാനകളെക്കുറിച്ചാണ്.
കുഞ്ഞുങ്ങളെ പെറ്റുകൂട്ടുന്ന
ബ്ളാക്ക് മോളിയേയും
വൈറ്റ് മോളിയേയും കുറിച്ചാണ്
അതിന്റെ സുന്ദരിക്കുട്ടികളെ
ജീവനോടെ വിഴുങ്ങുന്ന
ഭ്രാന്തൻ മുഷിയെക്കുറിച്ചാണ്
എങ്കിലും
അവന്റെ ചിത്രശലഭങ്ങൾ...

3

ജ്യോത്സ്നയോട്
ആരും സ്നേഹത്തോടെ സംസാരിക്കാറില്ല
അവളുടെ പപ്പയും മമ്മിയും വിദേശത്താണ്
അമ്മച്ചി മാത്രമാണവളുടെ കൂട്ട്
അമ്മച്ചി അവളെ വഴക്കുപറയും
പാൽകുടിപ്പിക്കും
അടിച്ച് ഭക്ഷണം കഴിപ്പിക്കും
എങ്കിലും അവൾക്ക്
അമ്മച്ചിയെ ഇഷ്ടമാണ്.

4

അവൾക്കൊരപ്പാപ്പനുണ്ട്.

അയാൾ അവളെ കൊഞ്ചിക്കും
ഉമ്മവയ്ക്കും
ഇക്കിളിപ്പെടുത്തും.
അയാൾക്ക് കള്ളിന്റെ മണമാണ്.
അവൾക്കയാളെ ഇഷ്ടമല്ല
അപ്പാപ്പനെക്കുറിച്ച്
അമ്മച്ചിയോട് പറയാനൊരുങ്ങിയതാണ്
പലവട്ടം.
"പോയി പഠിക്കുമോളേ"
അമ്മച്ചി ശാസിക്കും.
അവൾക്ക് മമ്മിയോട്
എല്ലാം പറയണമെന്നുണ്ട്
സ്കൂളിനെക്കുറിച്ച്
ടീച്ചർമാരെക്കുറിച്ച്
അപ്പുവിനെക്കുറിച്ച്...
മമ്മി ഫോൺ ചെയ്തപ്പോൾ
അപ്പാപ്പനെക്കുറിച്ച്
പറഞ്ഞു തുടങ്ങിയതുമാണ്
"മോളേ സമയം പോകുന്നു"
മമ്മി ഫോൺ കട്ടുചെയ്തു.

5

ക്ലാസിന്റെ ഇടവേളയിൽ
ജ്യോത്സ്ന അപ്പുവിനോട്
അവളുടെ
അപ്പാപ്പനെക്കുറിച്ച് പറഞ്ഞു
അവൾ
അപ്പുവിനെക്കാണരുത്
കേൾക്കരുത്
പറയരുതെന്നും.
അപ്പു ഭയപ്പെട്ടു
അയാളോട് ആദ്യമായി
അവന്
ഒടുങ്ങാത്ത ദേഷ്യം തോന്നി
അവന്റെ ചിത്രശലഭങ്ങൾ
ഭയന്ന് ചിറകിട്ടടിക്കാൻ തുടങ്ങി.
അന്ന് രാത്രി

ജ്യോത്സ്നയുടെ
പുള്ളിപ്പാവാടയിലേയും
മുടിക്കെട്ടിലേയും ചിത്രശലഭങ്ങളെ
ഓരോന്നായി പിടിച്ച്
അയാൾ
ചിറകരിഞ്ഞ് വലിച്ചെറിയുന്നത്
അപ്പു സ്വപ്നംകണ്ട് നിലവിളിച്ചു.

6

ജ്യോത്സ്നയെ കാണാനില്ലെന്ന വാർത്ത
അപ്പുവറിഞ്ഞത് രാവിലെയാണ്
പനിച്ചു വിറച്ച അവന്റെ കണ്ണുകൾ
അവളെ
അവിടെയെല്ലാം തിരഞ്ഞു.
അവളുടെ അപ്പാപ്പൻ
അവിടെ നില്ക്കുന്നുണ്ട്
അയാൾ അവനെ നോക്കി
കണ്ണുരുട്ടുന്നുണ്ട്
ഭയന്നു വിറച്ച അവൻ
വീടിനുള്ളിലേക്കോടി
കതകടച്ചു.

7

ജ്യോത്സ്നയുടെ വീട്
ഒരു ഉത്സവപ്പറമ്പായതും
അവളുടെ വാക്കുകൾ
ആർക്കും കേൾക്കാൻ
കഴിയാത്ത
ലോകത്തേക്ക് നാടുകടത്തപ്പെട്ടതും
മണ്ണടരിൽ
ചീവീടുകൾ അതേറ്റു വാങ്ങിയതും
ചിറകരിയപ്പെട്ട സങ്കടം
അവളെത്തേടി
മണ്ണിലലഞ്ഞു നടന്നതും
അപ്പു അറിഞ്ഞതേയില്ല.

മാർത്താണ്ഡവർമ്മ എങ്ങനെ രക്ഷപ്പെട്ടു?

1

സ്കൂൾ നാടകറിഹേഴ്സൽ ക്യാമ്പ്.
യുവജനോത്സവത്തിന്
ഒരു ദിനംകൂടി.
നാടകം: മാർത്താണ്ഡവർമ്മ എങ്ങനെ രക്ഷപ്പെട്ടു?
രചന: നരേന്ദ്രപ്രസാദ്
സംവിധാനം: കൃഷ്ണൻകുട്ടി
ഞങ്ങൾ പത്ത് കൂട്ടുകാർ
നടന്മാർ
എനിക്കുവേഷം
ദരിദ്ര ശാന്തിക്കാരൻ.
അഭിനയത്തികവല്ല കാരണം
എല്ലുന്തി മെലിവാർന്ന രൂപം
നന്നേ ചേരുമെനിക്കെന്ന്
കൃഷ്ണൻകുട്ടി.

2

ആരാണ് കൃഷ്ണൻകുട്ടി?
പത്തിൽ തോറ്റ്
പഠിപ്പുനിർത്തി
പള്ളിക്കൂടം വിട്ടിറങ്ങി

പണിയൊന്നുമില്ലാതെ
കയ്പൻ ബീഡി വലിച്ച്
വെറുതേ നടക്കുന്നവൻ.
അമ്മ കുഞ്ഞിലേ പോയി
അച്ഛനെവിടെയെന്നാർക്കുമറിയില്ല.
ഞങ്ങൾക്ക് എസ് എഫ് ഐ രാഷ്ട്രീയവും
സമരം ചെയ്യാൻ ധൈര്യവും
പകർന്നുതരുന്നവൻ.
അത്യുച്ചത്തിൽ മുദ്രാവാക്യം
വിളിക്കുന്നവൻ.
ശത്രുവിന് 'സത്രൂ'ന്നും
മൃത്യുവിന് 'മിർത്തൂ'ന്നും
ചെളിമണ്ണിലെന്നപോൽ
വാക്കുകൾ വഴുക്കുന്നവൻ.

3

റിഹേഴ്സൽ കൊഴുക്കുന്നു...
ചടുലതാളത്തിൽ ചുവടുവെച്ച്
ഉച്ചത്തിൽ ഡയലോഗുപറഞ്ഞ്
കൃഷ്ണൻകുട്ടി നാടകം
കളിച്ചുകാണിക്കുന്നു...
ഞങ്ങളുമതുപോലെ.
പറയുന്നു കൃഷ്ണൻകുട്ടി:
"മുഖത്തു ഭാവം വേണം
സ്റ്റെപ്പ് തെറ്റരുത്
സമയമില്ലിനിയൊട്ടും."
മുദ്രയിൽത്തെളിയുന്നു
വാളും കുന്തവും പല്ലക്കും
ശത്രുക്കൾ വളയുന്നു
മാർത്താണ്ഡവർമ്മയെ.
*പട്ടും വളയും കൊട്ടും കുരവയും
വച്ചുവാഴുന്ന എട്ടുവീട്ടിൽ പിള്ളമാരുടെ
'സത്രു'വിന് മിർത്യു
'സത്രു'വിന് മിർത്യു"

* നാടകത്തിലെ സംഭാഷണം കൃഷ്ണൻകുട്ടി വികലമായി പറയുന്നത്.

4

പെട്ടെന്ന് പുറത്തൊരു
ജീപ്പുവന്നു നിൽക്കുന്നു
നിറയെ പൊലീസുകാർ!
കൃഷ്ണൻകുട്ടി മതിൽചാടി മറയുന്നു
മോഷണക്കുറ്റം.

5

പിറ്റേന്നു സ്കൂളിലെത്തുമ്പോൾ
കൂട്ടുകാർ പറയുന്നു
നാടകം തീർന്നു.
കൃഷ്ണൻകുട്ടി തൂങ്ങിനില്ക്കുന്നു
പത്ത് ബീയിൽ
സ്കൂളിനിന്നവധി.

ബോംബ്

ക്ലാസിലെ
പിന്നറ്റത്തെ ബഞ്ചിൽ
ഒരു മൂലയിലാണ്
ഷെരീഫിരിക്കുന്നത്.

ഷെരീഫിന്റടുത്ത്
ആരുമിരിക്കാറില്ല.
അച്ഛനമ്മമാർ സ്കൂളിൽ വന്ന്
അവരുടെ കുട്ടിയെ
ഷെരീഫിന്റെ ബഞ്ചിൽ
ഇരുത്തരുതെന്നു പറയും.

പകർത്തിവയ്ക്കാഞ്ഞ്
മലയാളം സാറിന്റെ തല്ലുകൊണ്ട്
അറിയാതെ
ക്ലാസിൽ തൂറിപ്പോയ എന്നെ
ഷെരീഫിന്റെ ബഞ്ചിലേക്കു മാറ്റി.

ഷെരീഫിന് ചെവി പഴുപ്പുണ്ട്
നാറ്റം സഹിക്കാൻ വയ്യത്രേ!
ചെവിയിൽ തുണി തിരുകിയാണ്
സ്കൂളിൽ വരിക.
തുണി വയ്ക്കാൻ മറന്നുപോയ ദിവസം

ചെവിയിലൂടെ
പഴുപ്പ് ഒലിച്ചിറങ്ങുന്നതു കണ്ട
ഷെർളി റ്റീച്ചർ ഊണു കഴിച്ചില്ലത്രേ!

ക്ലാസിലേക്കു വരുന്ന
ഷെരീഫിനെ നോക്കി
പെൺകുട്ടികൾ
അടക്കം പറഞ്ഞു ചിരിക്കും.

ഷെരീഫിന്റെ ഉമ്മാക്ക്
ഭ്രാന്താണ്.
ജനലിലൂടെ പുറത്തേക്കു നോക്കി
ഒറ്റയിരിപ്പാണ്
സ്കൂളിൽ പോയ മകൻ
വരുന്നതും കാത്ത്.

ടീച്ചർമാർ ഷെരീഫിനോട്
ചോദ്യം ചോദിക്കാറില്ല.
തല്ലാറുമില്ല.
ഒരിക്കൽ
ഉത്തരം പറയാനെഴുന്നേറ്റപ്പോൾ
അവിടെയിരുന്നു കൊള്ളാൻ
ടീച്ചർ പറഞ്ഞു.
അന്ന്
സ്കൂൾ വിട്ടു വരുംവഴി
ഷെരീഫെന്നോടു പറഞ്ഞു
ഈ സ്കൂൾ ഞാൻ
ബോംബുവച്ച് തകർക്കും.

പിന്നീടൊരിക്കലും
അവൻ സ്കൂളിൽ വന്നില്ല.
ധൈര്യമില്ലാത്തതിനാൽ
ഞാൻ പിന്നെയും
സ്കൂളിൽ പോയി.

പടക്കളത്തിലെ പൂമ്പാറ്റ

യുദ്ധഭൂമിയിൽ
മുളച്ചുനില്ക്കുന്നതെന്താണ്?
ഒരുവന്റെ കൈ
ഒരുവന്റെ കാൽ
ഒരുവന്റെ ശിഥിലമാമുടൽ...!
യുദ്ധഭൂമിയിൽ
പൂത്തുനില്ക്കുന്നതെന്താണ്?
ഒരുവളുടെ കണ്ണ്
ഒരുവളുടെ മുല
ഒരുവളുടെ ഹൃദയം...!
യുദ്ധഭൂമിയിൽ
പാറിനില്ക്കുന്നതെന്താണ്?
മരിച്ച കുഞ്ഞുങ്ങൾതൻ
പൂമ്പാറ്റച്ചിറകുകൾ...!

അതിർത്തി

അകത്തുനിന്നും
പുറത്തുനിന്നും
വെടിയുണ്ടകളും
ബോംബുകളും
ഒരുപോലെ
ഏറ്റുവാങ്ങേണ്ടിവരുന്ന
പാവം
കുരുടൻമൂങ്ങ...!

മണ്ണായും മരമായും

1

മഴയുംമഞ്ഞുംവെയ്‌ലും
കാറ്റുമാർത്തലയ്ക്കുന്നു
എത്രയോനാളായ്മണ്ണിൽ
കിടക്കുമൊരുവിത്തിൽ

അതിസൂക്ഷ്മലോലമാം
ജീവന്റെയണുധൂളി-
പ്പിറവിക്കുസാക്ഷിയാ-
മതിന്റെഗർഭസ്ഥലി.

ഭൂമി,യാകാശം,വൃക്ഷം
പക്ഷി, പ്രാണിലോകങ്ങൾ
സൗമ്യമായ് വിലയിക്കും
ജീവന്റെയപൂർവ്വത.
ഇരുൾസാഗരംനീന്തി-
യൊരുമത്സ്യകന്യക
ചുറ്റിലും വെളിച്ചത്തിൻ
കിരണപ്രസാരണം

ആരാവാ,മുദയത്തിൻ
ദൂതനോ?സന്ദേഹമോ?
വിൺതടംപൊട്ടിപ്പിളർ-
ന്നിറങ്ങുമൊരുതാരം....!

മകനേ, വിളിക്കുന്നു
ധരിത്രി, വരൂ മിഴി–
തുറക്കൂ,വാക്കായ്, വാക്കി–
ന്നുള്ളിലെ വെളിച്ചമായ്.
ഇരുകൈകളും കൂപ്പി
വന്നണയുക നിന്റെ
വഴികൾ തുറക്കുവാൻ
സൂര്യനും നക്ഷത്രവും.

ഇരുളാണല്ലോചുറ്റും
ഇരുളാണുണ്ണീ, നിന്റെ
കണ്ണി,ലാകാശത്തിലും
നടക്കുംവഴിയിലും
കൺകളിൽ വെളിച്ചത്തിൻ
നൂൽത്തിരിചാർത്താൻ, വിരൽ–
ത്തുമ്പിലഗ്നിയാളുവാൻ
സൂര്യനെ നമിക്കുക.

2

മിഴികളടച്ചുഞാൻ
ഇരുകൈകളും കൂപ്പി
ഹൃദയം സ്പർശിച്ചുഞാൻ
ജീവന്റെയെരികനൽ...!
പ്രാണന്റെമുളന്തണ്ടിൽ
കാറ്റുകളാവാഹിച്ച്
പ്രണമാസനസ്ഥനായ്
ഞാൻനമിക്കുമ്പോൾ നിന്നെ
എൻസിരകളിൽ സൂര്യാ,
ഇരച്ചുകേറുന്നുണ്ട്
നിന്റെയൂർജ്ജത്തിൻ നൂറ്
നിശ്ശബ്ദപ്രകമ്പങ്ങൾ...!

ഇളംമഞ്ഞിൻ
പുലരിവെട്ടം
മിഴികൾക്കുള്ളിൽ
തെളിയുകയായ്
ഒഴുകിയെത്തും
നീർച്ചാലുകൾ

സിരകൾക്കുള്ളിൽ
പടരുകയായ്
കിളിക്കൂട്ടം
മരച്ചില്ലയിൽ
വെയിൽക്കൂട്ടം
കിളിച്ചില്ലയിൽ
വരിവരിയായ്
കുഞ്ഞുറുമ്പുകൾ
നിരനിരയായ്
കുഞ്ഞുവേരുകൾ
രൂപരഹിതം
മണ്ണിലിഴയും
ഉടലുതേടും
ജീവകോടികൾ...!

തരികസൂര്യാ,
തരികവീണ്ടും
നിന്റെമണവും
നിന്റെനിറവും
മിഴിതുറക്കാൻ
പ്രാണമധുവും...!

3

കയ്യുകൾവിഹായസ്സായ്
കണ്ണുകളാവേഗമായ്
ഉടലിൻനെടുനില
ഭൂമിക്കുപ്രത്യംഗമായ്
*ഹസ്തളത്ഥാനത്തിലെൻ
മനമർപ്പിക്കേ, നിന്നിൽ
തുറന്നുകാട്ടുന്നു നീ
ജീവന്റെ മഹാലീല...!

നദികൾ, സമുദ്രങ്ങൾ
മേഘത്തിൻമറപറ്റി
മേഞ്ഞുപോംതടാകങ്ങൾ
ഇരുളുംവെളിച്ചവും
ഒന്നെന്നുതോന്നുംപുണ്യ-
ഭൂമിതൻരജഃസ്ഥലം

മഴമിന്നലുംകാറ്റും
നിലാവുമൊരുക്കുന്ന
ജീവന്റെ കളിസ്ഥലം
അക്ഷയജീവാമൃതം.

ഭൂമിയേത്? ഏതാകാശം?
രണ്ടുമൊന്നുതന്നെയോ
കാണുവതല്ലോ വാഴ്‌വിൻ
മാന്ത്രികക്കിനാക്കാഴ്ച
നിശ്ശബ്ദമൊരേശബ്ദം
ബോധത്തിൻതേൻതുള്ളികൾ
കൺതുറക്കൂ, കാണൂ നീ
കാതുകൂർപ്പിച്ചിരിക്കൂ...

4

**പാദഹസ്തത്തിൽ ഞാനെൻ
സൂര്യനെ നമിക്കവെ
ഭൂമിയോതുന്നൂ, പുത്രാ
നിന്നെ നീ കാണുന്നില്ലേ?

പുലരിയോർമ്മിക്കുന്നു:
കണ്ടിരുന്നല്ലോപൂവേ
നിന്നെഞാൻ പണ്ടെപ്പൊഴോ
നിൻമുഖസാദൃശ്യമെൻ
കരളിൽപ്പതിഞ്ഞല്ലോ
ഏതുകാനനത്തിന്റെ
ഉൾവനികയിലേതു-
വീടിന്റെ ടെറസ്സിൻമേൽ...?
ഏതേതുകാലങ്ങളിൽ...?
ഏതേതുവർണങ്ങളിൽ...?
നിന്റെ സൗരഭംകണ്ണിൻ
വെളിച്ചം തെളിക്കുന്നു
നിന്റെയോർമ്മകൾ ജീവ-
കോശങ്ങൾ പകുക്കുന്നു
നിന്റെ യാത്രകൾ എന്റെ
ജീവന്റെ പരമ്പര...!

5

***അശ്വസഞ്ചലനത്തിൽ
ഞാൻ നമിക്കുമ്പോൾ നിന്നെ
കേൾക്കുന്നു ദൂരത്തുനി-
ന്നുള്ളുനൊന്തൊരുതേങ്ങൽ...

മലകൾ, കുന്നുംമേടും
കാടുമൊത്തിറങ്ങുന്ന
തേങ്ങ,ലാണതിൻ ശത-
തന്ത്രികൾ ജൃംഭിക്കുന്നു.
എവിടെനിന്നാണതി-
ന്നുത്ഭവ?മറിവീല
എങ്കിലുമതിൻസ്വര-
മെനിക്കുപരിചിതം.
അതിന്റെ താളത്തിലെൻ
ഹൃദയം തുടിക്കുന്നു
അതിനെ നെഞ്ചിൽ ചേർത്തെൻ
പുത്രനായ് തഴുകുന്നു
അതിന്റെ നാദം കിളി-
യൊച്ചകൾ മരങ്ങളിൽ
അതിന്റെ ശ്രുതി, കാറ്റിൻ
സ്വരസാധനകളിൽ...

നിന്റെ സ്നേഹത്തിൻനേർത്ത
നൂലിഴപൊട്ടിച്ചു ഞാൻ
ഓർമ്മതൻ തുറസ്സിലേ-
ക്കിറങ്ങിപ്പോയെങ്കിലും
എന്റെയുള്ളിലും നിന്റെ-
യുള്ളിലും പരസ്പര-
ബന്ധിതമാകുന്നതാ-
മോർമ്മതൻ മണ്ണൊപ്പുകൾ...
എങ്കിലുമതിന്നൊച്ച
കേൾക്കുന്നുഞാനെന്നുള്ളിൽ
പ്രപഞ്ചമതിൻവാതിൽ
തുറക്കും ചിലമ്പൊലി...

6

****പർവ്വതാസനത്തിൽ ഞാൻ
കാൽവണങ്ങുമ്പോൾ സൂര്യാ,
മണ്ണിന്റെ നറുമണം
പൂട്ടുകൾ തുറക്കുന്നു.

മണ്ണടരുകൾ താണ്ടി-
യെത്തിടുമതിന്നൊച്ച
നേർത്തതെങ്കിലുമെന്റെ-
യുൾക്കാതിൽ മുഴങ്ങുന്നു.
ഏതൊരാളിനും ചെന്ന്
കേറുവാൻ കഴിയാത്ത
രഹസ്യസങ്കേതത്തിൽ
മണ്ണിന്റെ സ്മൃതിച്ചെപ്പ്.

ഓർമ്മകൾ മനസ്സിന്റെ
ഉള്ളറനിറയ്ക്കുന്നു
ചീവീടിൻ കരച്ചിലായ്
രാത്രികളുണർത്തുന്നു.
എനിക്കുകേറിക്കിടക്കാ-
നുറങ്ങാനുമെന്റെ
സ്വപ്നങ്ങൾ സിരകളിൽ
ഭദ്രമായ് വളർത്താനും
മണ്ണിന്റെ മണം, മണ്ണി-
ലുറങ്ങും വിത്തിൻ മണം
പുന്നെല്ലിൻ മണം കാറ്റി-
ലിഴയും പൂവിൻ മണം.
എവിടെനിന്നോപുറ-
പ്പെട്ടിടും വാക്കിൻമണം
തേടിഞാൻ മണ്ണിൽ കരു-
ണാർദ്രമായലയുന്നു
മണ്ണിന്റെ പുരാതന
സ്മൃതികളുണരുന്നു.
പർവ്വതശിഖരങ്ങ-
ളാണതിൻമനോനില
പ്രാണന്റെ തളിരില-
ച്ചില്ലയിൽ കാറ്റിൻമിഴി

7

ഉയർന്നുപാറുന്ന
പറവയും മണ്ണി-
ലിഴഞ്ഞുവൻഫണ-
മുയർത്തിയാടുന്നൊ-
രുരഗവുമെന്റെ
സിരയിലുണ്ടല്ലോ.
ജലം, മരം, അഗ്നി,
മഴ, മഞ്ഞും കാറ്റു-
മൊരുപോലെന്നുള്ളി-
ലുറങ്ങിടുന്നല്ലോ.
പലവർണ്ണങ്ങളിൽ
പലരൂപങ്ങളിൽ
അവയെല്ലാമെന്നി-
ലിഴഞ്ഞുകേറുന്നു.

ചിലപ്പൊഴെന്നുള്ളി-
ലുയർത്തിടും ഫണം
അതിലെൻകാമന-
യുറഞ്ഞുതുള്ളിടും
ചിലപ്പൊഴെൻചിറ-
കുയർന്നുവീശിടും
അതിലെൻലോകങ്ങൾ
വിശാലമായ് തോന്നും.

ജലംതേടിപ്പോകും
മെലിഞ്ഞവേരുകൾ
മഴയോടെന്നപോൽ
കാറ്റിനോടെന്നപോൽ
അഗ്നിയോടെന്നപോൽ
പറകയാണല്ലോ
ഇതൊന്നുമല്ലല്ലോ
മനുഷ്യജീവിതം
ഇതൊന്നുമല്ലല്ലോ
മൃതിയും ജീവനും...

8

*****സാഷ്ടാംഗം വണങ്ങുന്നു
പ്രാണങ്ങളൊന്നാകുന്നു
ഭാരങ്ങളെല്ലാം മണ്ണി-
ലിറക്കിക്കിടത്തുന്നു.
പ്രാണവായുവും അഗ്നി-
ജലവും മേഘങ്ങളും
കിളിയും മരങ്ങളും
ചിറകുമൊന്നാകുന്നു.

രോഗത്താൽപരിക്കേറ്റൊ-
രസ്ഥി, മജ്ജ, മാംസവും
ജീവന്റെ ധാതുക്കളു-
മലിഞ്ഞുമണ്ണാകുന്നു.
മണ്ണിന്നു മീതേ സ്വര-
ജതികൾ പിറക്കുന്നു
മണ്ണിന്റെ സ്വര,മെന്റെ
സ്വരവുമൊന്നാകുന്നു...!

---

*, **, ***, ****, ***** : സൂര്യ നമസ്കാരത്തിലെ ആസനങ്ങളുടെ പേര്.

സംക്രമണം

1

തിരുവനന്തപുരം
വഴുതയ്ക്കാട്
ഹിന്ദി പ്രചാരസഭാ ഹാൾ.
വൈകുന്നേരം 5.30.
സംക്രമണം*
പ്രതിമാസ കവിതാ ചർച്ച.
കവിത വായിക്കുന്നത്
ജയൻ കെ സി
പുസ്തകം 'ആയോധനത്തിന്റെ അച്ചുതണ്ട്'.
പങ്കെടുക്കണം.
സസ്നേഹം
ഡോ. കെ അയ്യപ്പപ്പണിക്കർ.

ഓർമ്മയിൽ നിന്നു ഞാൻ
ഒരു മഞ്ഞപ്പോസ്റ്റുകാർഡ്
പുറത്തെടുക്കുന്നു
ഇങ്ങനെ വായിക്കുന്നു.

---

* ഡോ. കെ അയ്യപ്പപ്പണിക്കരുടെ നേതൃത്വത്തിൽ തിരുവനന്തപുരം. വഴുതയ്ക്കാട് ഹിന്ദി പ്രചാരസഭാഹാളിൽ നടത്തപ്പെട്ടിരുന്ന സംക്രമണം പ്രതിമാസ കവിതാ ചർച്ച. കവിതയെ സംബന്ധിച്ച ഏത് അഭിപ്രായങ്ങൾക്കും അവിടെ ഇടമുണ്ടായിരുന്നു.

2

ആദ്യമെത്തീ പണിക്കർസാർ
പതിവുപോലെ
കൂടെയുണ്ട് ദേശമംഗലം
സി ആർ പ്രസാദ്
കവിത കേൾക്കാൻ
ചർച്ച ചെയ്യാൻ
എത്തിടുന്നു കടമ്മനിട്ട
വിനയചന്ദ്രൻ
കുരീപ്പുഴ,
കളർകോട്
ലളിതലെനിൻ....

വാക്കിനുള്ളിൽ മൂർച്ചയേറും
ആയുധങ്ങൾ ഒളിപ്പിച്ചും
ചോരചിന്തിത്തെറിപ്പിക്കാൻ
തെല്ലുപോലും മടിക്കാതെ
എത്തിടുന്നു നിരൂപകർ
കവിതയുള്ളിൽ പലവട്ടം
കടഞ്ഞിട്ടും തെളിഞ്ഞിട്ടും
സ്വന്തമൂര്, പേര്, ഭാഷ
ഉടൽമൊഴിയായ് പിറക്കാതെ
പലവഴിയായ് എത്തിടുന്നു
ഞങ്ങൾ കുറെ ചെറുപ്പക്കാർ...

3

ഇല്ല സ്വാഗതൻ
അദ്ധ്യക്ഷൻ
ഉദ്ഘാടകൻ
ഉപചാരങ്ങളേതുമില്ലാതെ
തുടങ്ങുകയാണ് സംക്രമണം....

കവിത വായിക്കുന്നു
ചർച്ച ചെയ്യുന്നു
ഇഷ്ടങ്ങൾ അനിഷ്ടങ്ങൾ
അർത്ഥങ്ങൾ അനർത്ഥങ്ങൾ

കാറ്റ്, വെയിൽ, മഴ, മഞ്ഞ്
മേഘപ്പകർച്ചകൾ....
ആന, കുതിര, തേര്, കാലാൾ
അണിനിരക്കും യുദ്ധവീര്യങ്ങൾ
മലയുടെ മരത്തിന്റെ
മണ്ണിന്റെ വേരിന്റെ
ഇലയുടെ കിളിയുടെ
പ്രാണങ്ങളെഴുതുന്ന
വാക്കിൻ കരുതൽ...

എത്ര കവികൾ പൊരുതിനിന്നു
എത്ര കവിതകൾ പിടഞ്ഞു വീണു
എത്ര വാക്കുകൾ പുനർജ്ജനിച്ചു
നല്ല കാലം പുലർന്നു കാണാൻ...

4

2006 ആഗസ്ത് 28*
5.30 പി എം
അഞ്ചാം ദിനം
സംക്രമണം.
അനുശോചനം.
അതേ ഹിന്ദിപ്രചാരസഭാഹാൾ
എത്തിയിട്ടുണ്ട് സർവ്വരും....
മുറിഞ്ഞുവീഴും വാക്കിൽ
സ്വാഗതം പറയുന്നു പ്രിയദാസ്.
ഓർമ്മകൾ പങ്കുവയ്ക്കുന്നു
നേട്ടങ്ങൾ നിരത്തുന്നു
അരങ്ങിലെ രാവണൻ
നടൻ മുരളി.
പിന്നെയും ആരൊക്കെയോ....

മുകളിൽ വട്ടമിട്ടു പറക്കുന്നു
എണ്ണമറ്റ പരുന്തുകൾ
നിരനിരയായ്
വെള്ളിമേഘങ്ങൾ...

---

* 2006 ആഗസ്ത് 23-ാം തീയതി ഡോ. കെ അയ്യപ്പപ്പണിക്കർ അന്തരിച്ചു.

5

ഒഴിഞ്ഞ കലാലയം
ഒഴിഞ്ഞക്ലാസ്മുറി
ഒഴിഞ്ഞകളിസ്ഥലം

ചുറ്റിലും
മാവ്, തേക്ക്, മഹാഗണി, പേരാൽ
മരുത്, പാതിരി, പൂവരശ്, പ്ലാവ്,
വേപ്പ്, ആഞ്ഞിലി, കൂറ്റനരയാൽ
നീണ്ടുനില്ക്കുന്നു
പിന്നെയും പിന്നെയും
പേരറിയാത്ത മരങ്ങൾ...
കുതറി വേറിട്ട് നില്ക്കുന്നൊരീട്ടിതൻ
തായ്ത്തടിമേലിരുന്നു കൊത്തിക്കൊത്തി
കാരിരുമ്പിൻ കരുത്തുറപ്പിക്കുന്നു
തല ചെരിച്ചും ഉയർത്തിയും നോക്കിയും
കൊത്തിക്കൊത്തിയിരിക്കും ‘കുറാകു’*

---

* അയ്യപ്പപ്പണിക്കരുടെ ‘കുറാകു’ എന്ന കവിത ഓർക്കുക.

സാറ്റ്

എവിടെയാണ് നീ
ഒളിച്ചിരിക്കുന്നത്?
വീട്ടിനകത്തും
തെങ്ങിൻ തൊടിയിലും
ഇടവഴിയിലും
പതിവായി ഒളിച്ചിരിക്കാറുള്ള
മാവിൻ പിറകിലുമെല്ലാം
ഞാൻ തിരക്കി.

ഞാൻ പറഞ്ഞിട്ടില്ലേ
സാറ്റ് കളിക്കുമ്പോൾ
കണ്ടുപിടിക്കാൻ പറ്റുന്ന
സ്ഥലത്തേ ഒളിച്ചിരിക്കാവൂന്ന്?
വേലിക്കലെ
പുല്ലാഞ്ഞിപ്പടർപ്പിനിടയിലെങ്ങാനുമുണ്ടോ?
അവിടെ വിഷമുള്ളും
വില്ലൂന്നിയുമുണ്ട്
തലയിൽ കൊത്തും.

അമ്മ പറയുന്നൂ
തെക്കേ പറമ്പിലെ
കുഴിമാടത്തിനുള്ളിൽ
നീ ഒളിച്ചിരിപ്പുണ്ടെന്ന്.

നേരാണോ?
അവിടെ ഞാനെങ്ങനാ വര്യാ?
ദേ, നീ അനിയനല്ലേ
ഞാൻ തോറ്റു
നീ സാറ്റെടുത്തോളൂ.

അനുഭവം

നാടുകാണാനിറങ്ങി
കല്ലും വടിയുമേറ്റ്
ചോരയൊലിപ്പിച്ച്
ഒരുവിധം രക്ഷപ്പെട്ട്
അർദ്ധപ്രാണനായി
കാട്ടിൽ മടങ്ങിയെത്തി
പരാജിതനായ
സിംഹം
കൂട്ടുകാരോടു പറഞ്ഞു:
'അനുഭവമാണ് സാഹിത്യം.'

എന്റെ കുഴിമാടത്തെ പൂജിക്കരുത്

1

ക്ലാസിൽ
ഞാനൊന്നാമനായത്
എന്റെ കുറ്റമല്ല.
അദ്ധ്യാപകർ ഉരുവിടുന്ന പാഠങ്ങൾ
മനക്കണ്ണിൽ
തെളിഞ്ഞുവരും നക്ഷത്രങ്ങളായ്.
വെളിച്ചം
അതിന്റെ ഭ്രമണപാതകൾവിട്ട്
അനന്തതയിലേക്ക് പ്രസരിക്കും.
നാഡികളിൽ കലപിലകൂട്ടുന്ന
എണ്ണമറ്റ ചോദ്യങ്ങൾ
ക്ലാസ്മുറികളിൽ നിന്ന്
തുറസുകളിലേക്ക് ഇറങ്ങിച്ചെല്ലും.
നൂറ്റാണ്ടുകളായി
മന്ദീഭവിപ്പിക്കപ്പെട്ട
വംശത്തിന്റെ തലച്ചോർ
ചങ്ങലകൾ കിലുക്കി,
അർദ്ധമയക്കത്തിൽ
കർത്തവ്യങ്ങളെക്കുറിച്ച് ഓർമ്മിപ്പിക്കും.
പിന്നെ
എനിക്ക് വിശ്രമിക്കാനാവില്ല
ചോദ്യങ്ങൾ ചോദിക്കാതിരിക്കാനാവില്ല.

അത് ഉടൽപ്രാണങ്ങൾ
വിളിച്ചുണർത്തി ചോദിക്കും
സ്നേഹിതാ,
ഞാനും നീയും തമ്മിലെന്ത്?

2

ജീവിതം
എന്നുമെനിക്ക് ലഹരിയാണ്.
പക്ഷേ,
ഓരോതുള്ളിയും
ചിരിച്ച്, കളിച്ച്, കിതയ്ക്കുമ്പോൾ...

അപഹരിക്കപ്പെട്ട വീട്,
ഭൂമി, ആകാശം
ചത്തപശുവിറച്ചിയിൽ
പുളയുന്ന പുഴുക്കൾപോൽ
ജന്മപരമ്പരകൾ...
മോഹിച്ചുപോയി ഞാൻ
കാൾസാഗനെപ്പോലൊരു
എഴുത്തുജീവിതം.
പക്ഷേ,
കറുപ്പ് ഒരതിർത്തിയാണ്.
കറുപ്പിനുംവെളുപ്പിനുമിടയിൽ
രൂപപ്പെട്ടുപോയ് വൻമതിലുകൾ...

മതിലുകളാണെവിടെയും.
മനസ്സിൽ, വാക്കിൽ
ചിന്തയിൽ, ദർശനങ്ങളിൽ
ഉടഞ്ഞുതകരുന്ന
സഹപാഠിക്കൂട്ടങ്ങളിൽ...
പിന്നെങ്ങനെയാണ്
എന്റെ വാക്കുകൾ പച്ചപ്പുകളായ്
ഭൂമിപുതയ്ക്കുന്നത്?
സ്വപ്നങ്ങൾ
കാട്ടുപാതകൾ തെളിക്കുന്നത്?

3

ഞാൻ കേവലമൊരു പേരല്ല.
എനിക്കുമുൻപേ
ആത്മഹത്യചെയ്തവരും
കൊലചെയ്യപ്പെട്ടവരുമായ
അനേകം പേരുകളാണ്.
മൗസിൽ വിരലമർത്തുമ്പോൾ
ഞാൻ, ഞാനെന്നു കൂകിയാർക്കുന്നു
പുരാണത്തിൽ, ചരിത്രത്തിൽ
വർത്തമാനത്തിൻ ചോരക്കളങ്ങളിൽ...!
കൂട്ടിൽനിന്നു പുറത്താക്കപ്പെട്ട
കിളിയുടെ പാട്ടുപോൽ....!

4

എന്റെ കുഴിമാടത്തെ
നിങ്ങൾ പൂജിക്കരുത്
ഒരുകാലത്തും.
അതിൽ വെയിലും മഴയും
യഥേഷ്ടം ധ്യാനിച്ചുകൊള്ളട്ടെ.
ഒരു നിലവും കാത്തുനില്ക്കില്ല
ഞാൻ നിറഞ്ഞ്, വിളഞ്ഞ് കവിയുവാൻ.

പ്രതിഷേധങ്ങൾ അടിയിളക്കുന്നില്ല
ഒറ്റവൃക്ഷത്തെയും.
പിടയുന്നു വാക്കുകൾ തൊണ്ടയിൽ
കൊലക്കയർ കുടുക്കിൻ പെരുക്കമായ്.
സംസാരിക്കണം എനിക്ക്
മരങ്ങളോടും കിളികളോടും
പുഴകളോടും പുല്ലിനോടും.
അവർ പറയട്ടെ,
ജീവിതം
എനിക്ക് എന്തായിരുന്നെന്ന്.

പിണക്കം

ഇടയ്ക്കിടയ്ക്കില
കൊഴിക്കുമെങ്കിലും
പുതുതളിർക്കുടമൊരുക്കി
ജീവനെ
കുളിരണിയിക്കും
മരിച്ചിടാതെ നാം.

ആസാമി

1

മൃദുലമായ ഒരു നിമിഷത്തിൽ
ഞാൻ ധരിച്ചുപോയി
ഈ ഭൂമി
എല്ലാവർക്കും വേണ്ടിയുള്ളതെന്ന്
തെരുവുകൾ
സ്വാതന്ത്ര്യത്തോടെ നടക്കാനുള്ളതെന്ന്
വാക്കുകൾ
പറന്നുയരാനുള്ളതെന്ന്
പ്രണയം
ഭൂമിതളിർപ്പിക്കാനുള്ളതെന്ന്
കരകവിഞ്ഞൊഴുകും പുഴ
എന്റെയും ഉള്ളുറവയെന്ന്
കൂറ്റനരയാലും
അതിൻ ചില്ലയിൽ ധ്യാനിക്കും
മഴമഞ്ഞ് വെയിലും കാറ്റും
ചോട്ടിലെ മുക്കുറ്റിയും
എന്റേതുമെന്ന്.

2

അല്ല!
അതൊന്നും ഞങ്ങൾക്കുള്ളതല്ല

ഞങ്ങൾ വെറുമാൾരൂപങ്ങൾ
പേരും വയസ്സുമില്ലാത്തവർ
റേഷൻകാർഡും
മേൽവിലാസവും
മരണസർട്ടിഫിക്കറ്റുമില്ലാത്തവർ
ദേശങ്ങൾ ഞങ്ങൾക്ക്
മരണവിളുമ്പിൻ
പലായനപാതകൾ.
കുടിനീരുമന്നവുമില്ലാതെ
മരുഭൂമി താണ്ടുന്നവർ.
ചോദിക്കാനാരുമില്ലാതെ
വേട്ടയാടപ്പെടുന്നവർ
രാജ്യസ്നേഹികളാൽ
കൊലചെയ്യപ്പെടുന്നവർ
ഞങ്ങളെ കുത്തിനിറയ്ക്കും
കപ്പലുകൾ
വഴിതെറ്റിയലയാനുള്ളത്
കടൽനടുവിൽ
മുങ്ങിത്താഴാനുള്ളത്
കുഞ്ഞുങ്ങൾ
മുങ്ങിമരിക്കാനുള്ളത്
അവരുടെ അനാഥജഡങ്ങൾ
പൂഴിപ്പരപ്പിൽ
പൂണ്ടുകിടക്കാനുള്ളത്...

3

ഞങ്ങൾകാണുമാകാശം
ആകാശമല്ല.
ഞങ്ങൾ കാണും കടൽ
കടലല്ല.
ഇലകളിൽ പെയ്യുംവെയിൽ
വെയിലല്ല
കണ്ണടച്ചു തുറക്കുമ്പോൾ
പകലല്ല, രാത്രിയാണ്.
മുന്നിൽ തെളിയുന്നത്
ശൂന്യതയാണ്...

അതിർത്തിനോക്കാതെ

വീശുന്നകാറ്റേ,
അറിയുമോനിങ്ങൾ
നദിച്ചുഴികളിൽ
മുങ്ങിമരിക്കും
വേരറ്റ,
നിലയറ്റ
നിസ്സഹായ
രാഷ്ട്രഭീരുത...?

4

ഒരു ദുർബ്ബലനിമിഷത്തിൽ
ഞാനും ധരിച്ചുപോയി
ഇന്ത്യ എന്റെ രാജ്യമെന്നും
എല്ലാ ഇന്ത്യക്കാരും
എന്റെ സഹോദരീസഹോദരന്മാരെന്നും.
പക്ഷേ,
എന്റെ കുഞ്ഞുമകൻ
ജനിച്ചത് ഇന്ത്യയിൽ
അവന്റെ കുഞ്ഞുപെങ്ങൾ
ജനിച്ചതുമിന്ത്യയിൽ.
പക്ഷേ, സാർ
നിങ്ങൾ പറയുന്നു
അവൻ ഇന്ത്യനല്ലെന്ന്.
അപ്പോൾ ദയവായി പറഞ്ഞുതരൂ
ഞങ്ങളാരാണ്?
ഇന്ത്യനോ? ആസാമിയോ?
ബംഗ്ലാദേശിയോ?

സ്വപ്നസഞ്ചാരി

അങ്ങുദൂരെ
നിലാവുചാറുന്നിടം
നിന്റെ ചേതന പൂത്തുലയുന്നിടം
എത്തിടുന്നിതാ
സ്വപ്നസഞ്ചാരി ഞാൻ
നീയുറങ്ങാതിരിക്കയാണല്ലയോ...?

പാതിരാവണ്ടി കൂകിവന്നപ്പോൾ

1

ആരാണു ക്ലാസിൽ
മഞ്ഞുമാറാലകൾ
വകഞ്ഞുമാറ്റുന്നത്
വാക്കിന്റെ വെളിച്ചത്തിൽ
അതീവ രാവിലെ.....

മുഷിഞ്ഞ ഷർട്ടും
ചെമ്മൺനിറമാർന്ന
കോന്തല ചവിട്ടിക്കീറിയൊരൊറ്റമുണ്ടും
തേഞ്ഞുപിഞ്ഞിയ സ്ലിപ്പറും.
ക്ലാസിൽ
ജോണിക്കുട്ടിസാർ
ഷേക്സ്പിയർ പഠിപ്പിക്കുന്നു
അതീവ രാവിലെ.

മുടങ്ങാതെ ക്ലാസുകേൾക്കാൻ
എത്തുന്നൂ കുഞ്ഞുസൂര്യൻ
ചില്ലതോറും കിളികൾ
ഇളംകാറ്റ്
കൺമിഴിക്കുന്ന പൂവുകൾ...!

2

പുറത്ത്
ജീവിതത്തിന്റെ പതിവുകാഴ്ചകൾ
പാൽവണ്ടി
പത്രം
മീൻകാരൻ
നാട്ടുവാർത്തകൾ തിളയ്ക്കുന്ന ചായക്കട
സിറ്റിയിൽ നിന്നുമിടയ്ക്കിടയ്ക്കെത്തി
മടങ്ങിപ്പോകുന്ന നാട്ടാന വണ്ടി
ചേമ്പ്, വാഴ, മരച്ചീനി, റബ്ബർ
മാറി മാറിപ്പരീക്ഷിച്ച്
മഴ നനഞ്ഞും
വെയിലിൽ കരിഞ്ഞും
നെടിയപാത നടന്നൊടുങ്ങുന്ന
കൃഷിപ്പണിക്കാർ...
പതിവുകാഴ്ചകൾ
പതിവുജീവിതം
വഴിയിലുപേക്ഷിച്ച്
വാക്കിന്റെ കൊടുവര കേറുവാൻ
ഏറെയുണ്ടല്ലോ ദൂരം....

3

ക്ലാസിൽ
ജീവിതത്തിന്റെ
നിമ്നോന്നതങ്ങൾ...
സ്നേഹം, പ്രണയം
ഉന്മാദം
നാഡിയിൽ വിഷം തീണ്ടുന്ന സംശയം.
ദ്വേഷം
പ്രതികാരം
അധികാരരഥ്യകൾ
ഇളംനാമ്പുകൊത്തിപ്പറക്കുന്ന മരണം....

സ്നേഹത്തിനായ് നൂറ് ജന്മങ്ങൾ
ഒരുമിച്ചു സ്നേഹിച്ചു തീർക്കാൻ
കൊതിക്കുന്ന ജീവിതം
അത്രമേൽ മരണത്തെ സ്നേഹിപ്പതെങ്ങനെ?
കുറ്റബോധത്താൽ പിടയുന്ന ജീവിതം
ഏത് കൊലയ്ക്കു പകരമായ് തീർന്നിടും?
പ്രക്ഷുബ്ധമാകുന്നു ക്ലാസ്
വീർപ്പടക്കിയിരിക്കുന്നു കുട്ടികൾ...
പിണങ്ങുന്നു വാക്കുകൾ
സാറിന്റെ ഭാഷയിൽ:
ഇല്ല വാക്കിന്നർത്ഥം, ധ്വനി
പര്യായശബ്ദങ്ങൾ
വാക്ക് ജീവിതത്തിന്റെ
സ്വയം പൂർണ്ണരൂപകം
വാക്കിന്നു പകരമായ്
ഇല്ല മറ്റൊന്ന് ഭൂമിയിൽ.
കുതറി വീഴുന്ന വാക്കിന്നനുഭവം
പിടിതരാതെ വഴുക്കും വരാലുകൾ
മിഴിതുറക്കുന്നു
പ്രാണങ്ങളെങ്കിലും.

4

ക്ലാസിനു പുറത്തേക്കു
നീളുന്നു നാടകം...
തെരുവിൽ
നിരത്തിൽ
കവലയിൽ
ആളുകൾ കൂടുമിടങ്ങളിലൊക്കെയും
ക്ലാസ് പെരുക്കുന്നു...
എത്ര കണ്ടും അലഞ്ഞും
അറിഞ്ഞത്
കണ്ണിനുള്ളിലെ കണ്ണിൽ തെളിഞ്ഞത്
ഉൾക്കാതിനുള്ളിൽ

നടുക്കമായ് കേട്ടത്
ഉൾക്കിടിലങ്ങളായ്
വായിച്ചറിഞ്ഞത്...
പുഴകടന്ന് മുരളുന്ന കാറ്റുപോൽ
വഴിവിലങ്ങുകയാണു ചോദ്യങ്ങൾ....

5

എത്രനേരമായൊരാൾ
ആൾത്തിരക്കേറും റോഡിൽ
ഒറ്റയ്ക്കുപുരുഷാരത്തെ
ഷേക്സ്പിയർ പഠിപ്പിക്കുന്നു
നട്ടുച്ച വെയിൽത്തീയിൽ...!
Come away come away death
Fly away fly away breath
I am slain by a fair cruel maid...[1]

വരുവിൻ
നമുക്കൊരുമിച്ച് നാടകം കളിക്കാം.
എത്ര വേഷങ്ങൾ...
എത്ര ഭാവങ്ങൾ...
ഇണങ്ങുന്നതേതും നടിക്കാം
ലോകം നമുക്ക്
മഹാനടനവേദി.
ആർക്കുവേണം രാജാവിന്റെ റോൾ?
കാമുകൻ? വില്ലൻ? കാവല്ക്കാരൻ?
മാന്ത്രികൻ? വിദൂഷകൻ?
വീരയോദ്ധാവിന്റെ വാൾ കലമ്പട്ടെ
ഉടലുവേറിട്ടുപോകട്ടെ ജീവനും.
കുടില നീതികൾ ഭരണം നടത്തട്ടെ
ഛിന്നഭിന്നമാകട്ടെ യുദ്ധക്കളം.
ദീപങ്ങളോരോന്നുമൂതിക്കെടുത്തട്ടെ[2]
സത്യം വെളിപ്പെടുത്തട്ടെ പരേതർ[3]

(1) Twelfth Night Act II

(2) ഡസ്ഡിമോണയെ കൊലപ്പെടുത്തുന്നതിനു തൊട്ടുമുൻപ് ഒഥെല്ലോ പറയുന്ന Putout the light and then putout the light എന്ന വാക്യം ഓർക്കുക.

യുവരക്തമെല്ലാമുറഞ്ഞുപോകട്ടെ[4]
തള്ളിത്തെറിക്കട്ടെ മിഴികൾ നക്ഷത്രങ്ങൾ[5]...
കാണുവിൻ
ചോരയിറ്റിറ്റുവീഴുന്ന നാടകം...

6

ആളുകൾ പെരുകുന്നു
വാഹനങ്ങളും.
യാത്രയ്ക്കുതടസ്സമേറുന്നു.
നിർത്താതെ ഹോൺ മുഴക്കുന്നു
തെറിവാക്കു വീഴുന്നു
ആർക്കുമാരെയും
കേട്ടുനില്ക്കുവാൻ നേരമില്ലല്ലോ
എന്നിട്ടുമവർക്കായി
വെയിൽത്തീയിൽ തിളയ്ക്കുന്നു
പാവം ജോണിക്കുട്ടി സാർ....

7

ആളൊഴിഞ്ഞ റെയിൽ ട്രാക്കിൽ
പാതിരാവിൽ
നാടകം പൊടിപൊടിക്കുന്നു...
കാണുവാൻ
ഓർമ്മകളറ്റ നിലാവും
വിളറിയ ചന്ദ്രനും
മഞ്ഞച്ച താരയും...
ഇല്ല കുട്ടികൾ
നാട്ടുകാർ
കാവല്ക്കാരും...

---

(3), (4), (5) Hamlet -ൽ ഡൻമാർക്കിലെ രാജാവിന്റെ പ്രേതം ഹാംലെറ്റിനോട് തന്റെ മരണത്തിന്റെ രഹസ്യം വെളിപ്പെടുത്തുന്ന I could a tale... എന്ന വാക്യത്തിലെ Would harrow up thy soul, freeze thy young blood, make thy two eyes, like stars start from their spheres....ഓർക്കുക.

8

എപ്പോഴാണുസാർ
ക്ലാസ് കഴിഞ്ഞത്...?
പാതിരാവണ്ടികൂകി വന്നപ്പൊഴോ...?
ഉടലുവേറിട്ടുപോയപ്പൊഴോ...?

മാവോയിസ്റ്റ്

കാടിന്റെ പച്ചപ്പിലൂടെ
തലയുയർത്തി
കൊമ്പുകുലുക്കി
തുമ്പിചുഴറ്റി
ചിന്നംവിളിച്ച്
അവൻ പാഞ്ഞുപോകുന്നത്
കണ്ടവരുണ്ട്.

കാട്ടുപൊന്തകൾക്കിടയിലെ
വീതികുറഞ്ഞ
രഹസ്യപാതയിലൂടെയാണ്
അവൻ പോയതെന്നും
അവന്റെ കയ്യിൽ
തോക്കുണ്ടായിരുന്നെന്നും
ദൃക്സാക്ഷികൾ.
ഭക്ഷണത്തിനായി
അവൻ
വാതിൽ തള്ളിത്തുറന്ന്
അകത്തുകടന്നെന്നും
അടയാളങ്ങൾ വെളിപ്പെടുത്തരുതെന്ന്
ഭീഷണിപ്പെടുത്തിയെന്നും
അതേ സാക്ഷിമൊഴി.
ജനങ്ങൾ അരക്ഷിതരെന്നും
ചോരപ്പുഴയൊഴുകുമെന്നും

ഭരണകൂടം
അട്ടിമറിക്കപ്പെടാമെന്നും
അവർതന്നെ പറയുന്നു.

അവന്റെ നിഗൂഢപാത
പിന്തുടർന്ന്
എ കെ 47
തണ്ടർബോൾട്ട്
വെടിയൊച്ചകൾ...

ആരവങ്ങളൊടുങ്ങിയപ്പോൾ
കാണുന്നൂ
വെടിയേറ്റുവീണ
ഒരു
തുമ്പിച്ചിറക്....
രണ്ട് കുരുവിക്കുഞ്ഞുങ്ങളുടെ
പിടച്ചിൽ...
ഇവർ മാവോയിസ്റ്റ്!

ക്യാൻസർ

നിശ്ചലം ഭൂമിക്കുമേൽ
ബൂട്സിട്ട കാലൊച്ചകൾ
ഭീദിതം നിഴലുകൾ
നിർജ്ജനം തെരുവുകൾ

ജീവന്റെ കിളിക്കണ്ണു
കൊത്തുവാനെത്തും പെരും
കഴുകൻ അതെന്റെ മേൽ
ചിറകുവിരിച്ചല്ലോ....

അവകാശികൾ

1

ചുവന്നുതുടുത്ത
ഇളംതളിരിലപ്പടർപ്പിൽ
ഇലത്തുമ്പുകളിൽ
ഊർന്നുനില്ക്കുന്ന
ഹിമകണങ്ങൾ
പടർന്നുപന്തലിച്ച
പൂമരങ്ങൾ
ഒറ്റക്കമ്മലണിഞ്ഞ
മുക്കൂറ്റികൾ
കാറ്റ്, വെയിൽ
മഞ്ഞ്, മഴ
പുതുമുളപൊട്ടും
നിമിഷങ്ങൾ
ഭൂമി ഉൾപ്പുളകിതയായി.

2

പുലർച്ചയ്ക്കുണർന്നെണീറ്റ
കിളികൾ
പാട്ടുതുടങ്ങിക്കഴിഞ്ഞിട്ടുണ്ട്

ചിത്രശലഭങ്ങളും
തുമ്പികളും
പറന്നുകളിക്കുന്നുമുണ്ട്
പുത്തനുടുപ്പിട്ട്
പാദസരങ്ങൾകിലുക്കി
കുണുങ്ങിക്കൂത്താടി
പുഴകൾ
സ്കൂളിൽപോകാനിറങ്ങിക്കഴിഞ്ഞു
തളിർപ്പടർപ്പിനിടയിൽ
ഇടയ്ക്കെപ്പോഴോ-
സ്ഥാനം പിടിച്ചപുഴുക്കൾ
ആർത്തിയോടെ
ഇളം തലപ്പുകൾ
തിന്നുതീർക്കുന്നതിനിടയിൽ
പരസ്പരം പറഞ്ഞു.
"ഇതു മുഴുവൻ നമുക്കവകാശപ്പെട്ടതാണ്"

3

നിരനിരയായി കടന്നുവന്ന
എറുമ്പുകൾ പറഞ്ഞു
'ഇതിന്റെ അവകാശികൾ ഞങ്ങളാണ്'
വാക്കേറ്റം കലഹമായി
ഇരുഭാഗത്തും ജീവൻ
പിടഞ്ഞുവീണുകൊണ്ടിരുന്നു
ചീഞ്ഞളിഞ്ഞശവശരീരത്തിൽ
കൃമികീടങ്ങൾ പെറ്റുപെരുകി
മണ്ണിൽ
ചൂളംമുഴക്കി അവ പാഞ്ഞുനടന്നു
അവരും യുദ്ധത്തിൽ പങ്കാളികളായി

4

ഇതിനിടയിൽ
ഇലത്തുമ്പുകളിലെ ഹിമകണങ്ങൾ
അസ്തമിച്ചതും
കിളികൾ പാട്ടുനിർത്തി

പറന്നുപോയതും
ചിത്രശലഭങ്ങളും
തുമ്പികളും അപ്രത്യക്ഷരായതും
സ്കൂളിൽപോയ പുഴകൾ
മടങ്ങിവരാതിരുന്നതും
ആരുടെയും ശ്രദ്ധയിൽപ്പെട്ടില്ല

രാഷ്ട്രതന്ത്രം

സർവ്വ വിദ്യാപാരംഗതനും
അസ്ത്ര ശസ്ത്ര പ്രവീണനും
ആയുധപാണിയുമായ
ഗുരു ശിഷ്യനോട്:
'ശത്രുവിനു നേർക്ക്
ആയുധം തൊടുക്കുംമുമ്പ്
ജാതി, കുലമഹിമ, വർഗ്ഗം
എന്നിവ സസൂക്ഷ്മം പഠിക്കണം.
ജാതി വ്യത്യസ്തമെങ്കിലും
ഹത്യ പാടില്ല.
അടിമപ്പണിക്ക് ആളെ വേണമല്ലോ...!
കുലമഹിമ മോശമെങ്കിൽ
നേരിട്ട് യുദ്ധം അരുത്.
തമ്മിലടിച്ച് തുലഞ്ഞോളും'

ശ്രദ്ധാലുവായ ശിഷ്യൻ
ഇതുകേട്ട്
അക്ഷമയോടെ:
'വർഗ്ഗഭേദമെങ്കിലോ ഗുരോ?'
'എങ്കിൽ
വൃദ്ധരെന്നോ സ്ത്രീകളെന്നോ

കുഞ്ഞുങ്ങളെന്നോ നോക്കരുത്.
ഉടൻ പ്രയോഗിച്ചേക്കണം.
എത്ര വിനാശകരമായ
ആയുധവും ഉപയോഗിക്കാം.
ഉന്മൂലനമാണല്ലോ പ്രധാനം’

കർഫ്യൂ

ഞാനൊരു വിദ്യാർത്ഥി.
വയസ്സ് പതിനേഴ്
പ്ലസ്ടുവിനു പഠിക്കുന്നു.

പരീക്ഷയാണ്.
വായിച്ച്
കണ്ണ് കഴച്ചപ്പോൾ
വെറുതേ നടക്കാനിറങ്ങിയതാണ്.
ഉള്ളിലെക്കവി
കാഴ്ചകൾ
കാണാനിറങ്ങിയതാണ്.

തെരുവിൽ
പ്രതിഷേധമിരമ്പുന്ന കണ്ടു.
ഇരതേടി പാഞ്ഞുപോകുന്നു
കല്ലുകൾ
ഇരുമ്പുദണ്ഡുകൾ
ആസിഡ് ബൾബുകൾ
പട്ടാളവണ്ടികൾ....

മരണത്തിന്റെ മർമ്മരം
മൗനം കൊണ്ടുവിലക്കിയില്ല
നിത്യജീവിത പ്രാരബ്ധക്കാഴ്ചകൾ.

പറന്നുപോകും കിളിക്കൂട്ടം
വെടിയൊച്ചകേട്ടില്ല.
ശബ്ദം വേറിട്ടറിഞ്ഞില്ല
നിലവിളിയൊച്ചകൾ...!

ഞാനൊരു വിദ്യാർത്ഥി.
എവിടെയുമെന്നെ ചേർത്തുവയ്ക്കാ-
നെന്തെളുപ്പം.
എനിക്കു പേരില്ല
ഒച്ചവയ്ക്കാൻ
നാവില്ല
ഒളിച്ചുവയ്ക്കാൻ
മുഖവുമില്ല.
എങ്ങനെ ചൊല്ലും ഞാൻ
ആരുമല്ലെന്ന സത്യം.
എങ്ങനെ കരുതും ഞാൻ
നീതി തൻ മറുമൊഴി.

ഇപ്പോൾ
തെരുവ് നിശ്ചലം.
എങ്കിലും കാതുചേർത്താൽ കേൾക്കാം
വീർപ്പുമുട്ടുമൊരാളൽ.
അകമേ അഗ്നിപർവ്വതം.
അനക്കമില്ലെന്നേ തോന്നൂ.
എപ്പോൾ വേണമെങ്കിലും
ആർത്തലച്ചെത്തും
ഒരു വെടിയുണ്ട.

ഞാനൊരു വിദ്യാർത്ഥി
എനിക്കു പേടിയാകുന്നു.
കാണാവുന്നു
വെടിത്തുളയേറ്റ വീട്.
പാഞ്ഞുപോകും
ശവവണ്ടികൾ.
കാണാവഴി തേടും കാറ്റ്
നെഞ്ചിനുള്ളിൽ
തരിതരിക്കുംഭീതി.

68 മാർത്താണ്ഡവർമ്മ എങ്ങനെ രക്ഷപ്പെട്ടു?

കെ സജീവ് കുമാർ

വീടിറങ്ങുമ്പോൾ
ഓർത്തിരുന്നില്ല
തിരിച്ചു പോകേണ്ട വഴി
അടഞ്ഞു പോകുമെന്ന്.
പിന്നിലൊരു നെടുവീർപ്പ്
പിടഞ്ഞു വീഴുമെന്ന്.
തെരുവ് മാറ്റൊലിക്കുമെന്ന്.
ഉള്ളിൽ ഒരു മർമ്മരം
നിറയൊഴിക്കുമെന്ന്.
ഭീതിയിലെൻ പ്രാണൻ
ചോർന്നു പോകുമെന്ന്.
ഞാനൊരു....

കൂവൽ

ഈ വഴിക്കുന്ന്
കേറുമ്പൊഴല്ലയോ
നമ്മൾ
ചിത്രപതംഗങ്ങളായത്...!

കുന്നുകേറി മറിയുന്ന കാറ്റുകൾ
കൂകി നമ്മെ
വിളിച്ചു മറഞ്ഞത്...!

നൊസ്റ്റാൾജിയ

കാട് നഷ്ടപ്പെട്ട
ചെന്നായയാണു ഞാൻ.

കാനനമദ്ധ്യത്തിലെ
ഗുഹയിൽ നിന്നും
നഗരമദ്ധ്യത്തിലെ
ഗുഹയിലേക്കുഞാൻ
ചേക്കേറി.
എങ്കിലും
കാട് എനിക്ക്
ഒരു നൊസ്റ്റാൾജിയ
ആയിരുന്നില്ല.
ജീവിതം തന്നെയായിരുന്നു.

ഉന്നതമായ ഗിരിനിരകളും
ദിക്കറിയാത്ത മലമ്പാതകളും
ഞാൻ അലഞ്ഞു നടന്നു.
ശരവേഗത്തിൽ
ഇരയെപ്പിന്തുടർന്ന്
വേട്ടയാടി.
പലതരത്തിലുള്ള
പണികൾ ചെയ്തു.
പട്ടിണി കിടന്നു.
(വിശപ്പായിരുന്നു എന്റെ പ്രശ്നം)

എങ്കിലും എന്റെ ഇന്ദ്രിയങ്ങൾക്ക്
കൊടുങ്കാറ്റിന്റെ കരുത്തുണ്ടായിരുന്നു.
രാത്രിയുടെ യാമങ്ങളിൽ
കാനനമദ്ധ്യത്തിൽ
ഞാൻ ഓരിയിട്ടു.
അതൊക്കെ കേൾക്കാൻ
ഇമ്പമായിരുന്നെന്നും
കവിതയായിരുന്നെന്നും
കാട്ടുചോലയുടെ
ശ്രുതിയായിരുന്നെന്നും
കൂട്ടുകാരികൾ പറഞ്ഞു...
(എവിടെയുമുണ്ടല്ലോ
അല്പം കാല്പനികം!)

ഇന്ന്
നഗരമദ്ധ്യത്തിലെ
അജ്ഞാത ഗുഹയ്ക്കുള്ളിൽ
ഒരു ചെന്നായ
ഒളിച്ചിരിക്കുന്നുണ്ടെന്ന്
എല്ലാവരും പറയുന്നു.
വല്ലപ്പോഴുമൊരിക്കൽ
അത് പുറത്തുവരും.
മുകളിലേക്കു നോക്കി
ഓരിയിടും.
പക്ഷേ,
അതാരും കേൾക്കില്ല.

എങ്കിലും തെറ്റിദ്ധരിക്കരുത്
കാട് എനിക്കൊരു നൊസ്റ്റാൾജിയ അല്ല
ജീവിതമാണ്.

മുഴക്കം

1

നോക്കിനില്ക്കെ
ഇടിഞ്ഞു തകരുകയാണ്
നിലകളോരോന്നായ്
ഊർന്നുവീഴുകയാണ്
വാതിലുകൾ
ജനാലകൾ
മേല്ക്കൂരകൾ
കോൺക്രീറ്റെടുപ്പുകൾ.
തകർന്നു തരിപ്പണമായ
ഒരു നാഗരികതയുടെ
അവശിഷ്ടമെന്നപോൽ
ഇഷ്ടികക്കൂമ്പാരങ്ങൾ....

2

നോക്കിനില്ക്കെ
ഇടിഞ്ഞുതാഴുകയാണ്
സ്കൂളുകൾ
ആശുപത്രികൾ
പുസ്തകശാലകൾ

റോഡുകൾ
പാലങ്ങൾ
പ്രതിമകൾ
അണക്കെട്ടുകൾ
റെയിലുകൾ
റൺവേകൾ
ബസാറുകൾ
കൂറ്റൻ ടവറുകൾ
വ്യാപാരസമുച്ചയങ്ങൾ...
അവശിഷ്ടങ്ങളുടെ
മഹാകുമ്പാരമായി
കീഴ്മേൽ മറിയുന്നുഭൂമി...

3

നോക്കി നില്ക്കെ
ഒഴുകിമറയുകയാണ്
കടപുഴകും വൃക്ഷങ്ങൾ
തകർന്ന ബസുകൾ
കാറുകൾ
മോട്ടോർ ബൈക്കുകൾ
ബുൾഡോസറുകൾ...
ഒഴുകിയകലുകയാണ്
പഴകിയ വസ്ത്രങ്ങൾ
കളിപ്പാട്ടങ്ങൾ
പാഠപുസ്തകങ്ങൾ
അദ്ധ്യാപകർ
വിദ്യാർത്ഥികൾ
അച്ഛനമ്മമാർ
വൃദ്ധരായവർ
ചെറുപ്പക്കാർ
കാമുകർ
കവികളും...
അനാഥമാക്കപ്പെട്ട
നിലവിളിപോലെ ഭൂമി

4

നോക്കിനില്ക്കെ
കൊഴിഞ്ഞുവീഴുകയാണ്
തോക്കുകൾ
പീരങ്കികൾ
ബോംബുകൾ
ഗർജ്ജിക്കും ടാങ്കുകൾ
യുദ്ധവിമാനങ്ങൾ
ജയിൽക്കോട്ടകൾ
ഗ്യാസ് ചേമ്പറുകൾ
കോൺസെൻട്രേഷൻ ക്യാമ്പുകൾ
സൈനിക കേന്ദ്രങ്ങൾ
അതിർത്തികൾ
രാഷ്ട്രങ്ങൾ
പ്രത്യയശാസ്ത്രങ്ങൾ
ഭരണകൂടങ്ങൾ...

5

നോക്കിനില്ക്കെ
തിളച്ചുമറിയുകയാണ്
കിണറുകൾ
കുളങ്ങൾ
തോടുകൾ
തടാകങ്ങൾ
നദികൾ
സമുദ്രങ്ങൾ
നക്ഷത്രജാലങ്ങൾ
സൂര്യചന്ദ്രന്മാർ
ഭൂമിയാകാശങ്ങൾ
ആകെ മൂടും
നിശ്ശബ്ദതയെന്നപോൽ
ധൂളീപടലങ്ങളും...

6

നോക്കിനില്ക്കെ
ഉൾച്ചുഴലികൾ
അടിയിളക്കും ഭൂകമ്പങ്ങൾ
കാറ്റിന്റെ സീല്ക്കാരങ്ങൾ
വൻമുഴക്കം.
പിന്നെയുമൊരുതിര
പാറിവീഴുന്നൊരു തൂവൽ
ജീവന്റെ മർമ്മരം....

മരിച്ചുപോയവർ

മരിച്ചുപോയവർ
ഇടയ്ക്കിടയ്ക്കെന്റെ
ഉറക്കത്തിൽ വന്ന്
വിളിക്കാറുണ്ടെന്നെ.

പരിഭവങ്ങളും
പിണക്കവും ഉള്ളു
നുരഞ്ഞുപൊന്തുന്ന
പകയുമില്ലാതെ
വരുമാറുണ്ടവർ.
തണൽമരംപോലെ
പെരിയസ്നേഹവും
ഉടലുലയ്ക്കുന്ന
പഴയസൗഹൃദ-
പ്പെരുക്കവുംതന്ന്
ചെറിയകാറ്റില-
യനക്കുംപോലുള്ള
സ്മരണയുംതന്ന്
മടങ്ങാറുണ്ടവർ.
ഉള്ളിൽ
ചെറിയനീറ്റലും
ഭൂമി
വെടിഞ്ഞദുഃഖവും
അവർക്കില്ലല്പവും.

ഇടംവലംനോക്കി
നടത്തവും മേനി
നടിക്കലും തീരെ-
ച്ചെറിയകാര്യങ്ങൾ
അയവിറക്കലും
മറന്നുപോയവർ.

അവർപറയില്ല
നിറങ്ങൾ ചാലിച്ച
നടനപാടവം.
പലകാലംകൊണ്ട്
പണിതുയർത്തിയ
വചനവൈഭവം.
കിനാവ്, സന്ധ്യകൾ
നിലാവ്, പൂമണം
പകുത്ത് ജീവനെ
കടഞ്ഞതൊന്നുമേ.

വിചിത്രഭാഷകൾ
മൊഴിയുമെന്നതും
വിചിത്രവേഷങ്ങൾ
ധരിക്കുമെന്നതും
നിലംതൊടാതവർ
നടക്കുമെന്നതും
ചെറിയപ്രായത്തിൽ
ധരിച്ചിരുന്നു ഞാൻ.
അറിഞ്ഞതൊക്കെയും
വെറും പൊളിയെന്ന്
അനുഭവത്തിലെൻ
മരത്തിൻമണ്ണൊപ്പ്...

ഇടയ്ക്കിടയ്ക്കെന്റെ
ഉറക്കത്തിൽവന്ന്
വിളിക്കുന്നുണ്ടെന്നെ
മരണപ്പെട്ടവർ.
നെടുവരമ്പുകൾ
നടക്കുന്നൂ ഞങ്ങൾ
ഇളകിയാടുംനെൽ-
ത്തലപ്പുകാണുന്നു.
വരമ്പിനുമീതെ

കുതറിച്ചാടുന്നു
തവളകൾ, നീറ്റി-
ലിളകുംമീനുകൾ.
മണംപരക്കുന്നു
ഇടവഴികളിൽ
കുടകപ്പാലപൂ-
ത്തുണർന്നിരിക്കുന്നു...

മലമരങ്ങളിൽ
നിലാവ് നിദ്രവി-
ട്ടിടയ്ക്കുപാടുന്നു
കിളികളും തരി
ചിതറിച്ചാറുന്നു
ഇലകളുംമഞ്ഞും
കുളിരിളംകാറ്റും
പുഴപ്പൊലിമയും.
പരസ്പരം ഞങ്ങൾ
പലവിശേഷങ്ങൾ
പറഞ്ഞതും രാത്രി
നടന്നുതീർത്തതും
അറിഞ്ഞതേയില്ല.
പുലരിയെത്തുവാൻ
സമയമായെന്ന്
പറഞ്ഞതേയില്ല.
പക്ഷേ,
തിടുക്കപ്പെട്ടവർ
വിളിക്കയാണല്ലോ
നനുത്തവാക്കിന്റെ
പ്രിയം വിടാതെന്നെ.
“വരുന്നതില്ലേ നീ...”

ഒരു നിമിഷത്തി-
ന്നൊരുമിന്നൽപ്പിണർ...!

നടുങ്ങിഞാ,നെന്നെ
പുഴവിളിക്കുന്നു
മഴവിളിക്കുന്നു
മരം വിളിക്കുന്നു
കിളികളും കാറ്റും
നിറഞ്ഞ സന്ധ്യയും...

ഇലകൾ, കായകൾ,
പുതിയ പൂവുകൾ,
തളച്ചിടപ്പെട്ട
സ്മരണയിൽ ഭാര്യ,
പ്രിയപുത്രന്മാരും
കവിത, കൂട്ടുകാർ
പ്രിയജനങ്ങളും
വിളിക്കുന്നെങ്കിലും
പറഞ്ഞുഞാൻ "വരാം
അധികം വൈകാതെ..."

മറുമൊഴിയൊന്നും
പറഞ്ഞതേയില്ല
മലമഞ്ഞിൻപുക-
യലിഞ്ഞതേയില്ല
പതിവുപോലവർ
നടന്നകന്നല്ലോ
പതിവുതെറ്റാതെ
വരുവാൻ കാണുവാൻ.

സമാധി

വാക്കിനുവേണ്ടി
ഞാൻ കാത്തിരുന്നത്
നൂറ്റാണ്ടുകൾ...!
ഒടുവിൽ
ഞാനതു മന്ത്രിച്ചു നോക്കി.
ഒന്നിനുപിറകെ ഒന്നായി
അത് മൂളിക്കൊണ്ടിരുന്നു...!
മഴ നനഞ്ഞത്
വെയിലേറ്റു തളർന്നത്
കണ്ണീരിൽ കുതിർന്നത്
പ്രണയത്തിൽ കുളിച്ചത്...

അത് വായിക്കുമ്പോൾ
കൂട്ടുകാരാ,
നിനക്കിഷ്ടമായില്ലെങ്കിൽ
പച്ചിലകൾ പെയ്തുവീഴുന്ന
ഹരിത ഹേമന്ത
ശിലാതലത്തിൽ
ഞാൻ സമാധിയാകും...!